GREEKIS: ARAW-ARAW NA MGA RECIPE NA MAY MGA UGAT NG GRIYEGO

Tikman ang Esensya ng Pagkaing Griyego sa pamamagitan ng 100 Recipe

STEPHEN REED

Copyright Material ©2024

Lahat ng Karapatan ay Nakalaan

Walang bahagi ng aklat na ito ang maaaring gamitin o ipadala sa anumang anyo o sa anumang paraan nang walang wastong nakasulat na pahintulot ng publisher at may-ari ng copyright, maliban sa mga maikling sipi na ginamit sa isang pagsusuri. Ang aklat na ito ay hindi dapat ituring na kapalit ng medikal, legal, o iba pang propesyonal na payo.

TALAAN NG MGA NILALAMAN

TALAAN NG NILALAMAN 3
PANIMULA 7
GREEK BREAKFAST 8

    1. Greek Omelet Casserole 9
    2. Greek Cheese Pie na may Nuts at Honey 11
    3. Mediterranean Breakfast Bowl 13
    4. Greek Avocado Toast 16
    5. Whole Grain Toast na may Avocado at Itlog 18
    6. Greek Scrambled Egg 20
    7. Greek Fried Eggs with Potato and Feta 22
    8. Greek Sesame Bread Rings 24
    9. Greek Breakfast Ladenia 26
    10. Greek Breakfast Rice Pudding (Rizogalo) 28
    11. Greek Breakfast Egg Muffins 30
    12. Greek Breakfast Egg Skillet na may mga Gulay at Feta ... 32
    13. Greek Breakfast Pitas 34
    14. Greek Yogurt Parfait 36
    15. Mediterranean Omelet 38
    16. Spinach at Feta Breakfast Wrap 40

GREEK MERRY 42

    17. Greek Tzatziki Dip 43
    18. Greek Fried Cheese 45
    19. Greek Fries 47
    20. Greek Feta Dip 49
    21. Mediterranean Fruit Salad 51
    22. Calamari na may rosemary at chili oil 53
    23. Greek Eggplant Dip 55
    24. Greek Spanakopita Spring Rolls 57
    25. Greek Tortilla Pinwheels 59
    26. Greek Stuffed Cucumber Bites 61
    27. Crisp spiced na patatas 63
    28. Greek Salad Cracker 65

29. GREEK PITA BREAD BITES 67
30. GREEK ZUCCHINI BALLS (KOLOKITHOKEFTEDES) 69
31. BAKLAVA ENERGY BITES 71
32. SHRIMP GAMBA 73
33. MEDITERRANEAN-INSPIRED TRAIL MIX 75
34. KAGAT NG PETSA AT PISTACHIO 77
35. MGA TALONG NA MAY PULOT 79

TANGHALANG GREEK 81

36. GREEK CLASSIC LEMON POTATOES 82
37. GREEK SALAD 84
38. GREEK CHICKEN GYROS 87
39. GREEK MEATBALLS 89
40. GREEK STUFFED PEPPERS 91
41. GREEK BEAN SOUP 93
42. GREEK ROASTED GREEN BEANS 95
43. GREEK LENTIL SOUP 97
44. GREEK CHICKPEA SOUP 99
45. GREEK SOUVLAKI 101
46. GREEK BEEF AND EGGPLANT LASAGNA (MOUSSAKA) 103
47. MEDITERRANEAN CHICKPEA SALAD 106
48. LEMON HERB CHICKEN NA MAY QUINOA AT PEACH 108
49. GREEK SALAD WRAP 111
50. MEDITERRANEAN QUINOA SALAD 113
51. MEDITERRANEAN TUNA AT WHITE BEAN SALAD 115
52. PUSIT AT PALAY 117

HAPUNAN NG GREEK 119

53. GREEK STUFFED GRAPE LEAVES 120
54. GREEK BAKED ORZO 122
55. GREEK SPANAKOPITA 124
56. GREEK CHEESE PIES (TIROPITA) 127
57. GREEK SLOW COOKED LAMB GYROS 129
58. GREEK LAMB STUFFED COURGETTES 131
59. GREEK LAMB KLEFTIKO 133
60. SPICED LAMB CUTLETS WITH SMOKED AUBERGINE 135
61. GREEK ABORIGINE AT LAMB PASTICCIO 137

62. Greek Green Salad na may Marinated Feta ... 140
63. Greek Lamb Pitas ... 142
64. Mediterranean Baked Salmon ... 144
65. Mediterranean Quinoa Stuffed Bell Peppers ... 146
66. Mediterranean Lentil at nilagang gulay ... 148
67. Inihaw na Gulay at Halloumi Skewer ... 150
68. Mediterranean Shrimp at Spinach Saute ... 152

GREEK VEGETARIAN ... **154**

69. Griyego Jackfruit Gyros ... 155
70. Greek Vegan Skordalia ... 157
71. Greek Orzo Pasta Salad na may Vegan Feta ... 159
72. Greek Chickpea Gyros ... 161
73. Greek Vegetarian Moussaka ... 163
74. Greek Baked Zucchini and Potatoes ... 166
75. Greek Vegetarian Rice ... 169
76. Greek Gigantes Plaki ... 171
77. Greek Tomato Fritters ... 173
78. Greek Chickpea Fritters ... 175
79. Greek White Bean Stew ... 177
80. Greek Vegetarian Bamie s ... 179
81. Greek Grilled Vegetable Bowls ... 181
82. Mga Bola ng Gulay na may Tahini Lemon Sauce ... 183
83. Greek Roasted Vegetables ... 185
84. Greek A ube igine at Tomato Stew ... 188
85. Greek Avocado Tartine ... 190
86. Greek Spinach Rice ... 192
87. Greek Avgolemono Soup ... 194
88. Greek Vegetable Pitas ... 196

GREEK DESSERT ... **198**

89. Greek Butter Cookies ... 199
90. Greek Honey Cookie s ... 201
91. Greek Walnut Cake ... 203
92. Greek Baklava ... 205
93. Pineapple Nice Cream ... 207
94. Greek Orange Cake ... 209

95. Greek Donuts (Loukoumades) 211
96. Greek Milk Custard Pudding 213
97. Greek Almond Syrup Pastries 215
98. Greek Almond Shortbread 217
99. Greek Orange Blossom Baklava 219
100. Greek Honey at Rosewater Baklava 221

KONKLUSYON **223**

PANIMULA

Pumasok sa sun-kissed mundo ng Mediterranean flavors at yakapin ang esensya ng Greek cuisine na may "GREEKIS: ARAW-ARAW NA MGA RECIPE NA MAY MGA UGAT NG GRIYEGO." Sa culinary journey na ito, inaanyayahan ka naming tikman ang masaganang tapiserya ng panlasa na tumutukoy sa pagkaing Greek—isang katangi-tanging pagsasanib ng tradisyon, pagiging bago, at ang masiglang diwa ng Aegean. Sa 100 maingat na na-curate na mga recipe, ipinagdiriwang ng cookbook na ito ang sining ng pagluluto sa bahay, na nagbibigay-daan sa iyong dalhin ang init ng mga kusinang Greek sa iyong sarili.

Isipin ang azure na tubig ng Aegean Sea, ang puting mga gusali na nakakapit sa mga gilid ng burol, at ang bango ng langis ng oliba at mga halamang gamot na umaalingawngaw sa hangin. Ang "Greekis" ay hindi lamang isang koleksyon ng mga recipe; isa itong pasaporte sa gitna ng Greece, kung saan ang bawat ulam ay nagsasabi ng isang kuwento ng pamana, mga impluwensya sa rehiyon, at ang kagalakan ng komunal na kainan.

Isa ka mang batikang chef na naghahangad na muling likhain ang mga tunay na lasa ng Greek o isang kusinero sa bahay na sabik na ihalo ang iyong mga pagkain sa Mediterranean flair, ang mga recipe na ito ay idinisenyo upang maging accessible, masarap, at isang pagdiriwang ng pang-araw-araw na pagluluto ng Greek. Mula sa klasikong moussaka hanggang sa makulay na Greek salad, magsimula sa isang culinary odyssey na nagdadala ng diwa ng Greek table sa iyo.

Samahan kami habang tinutuklasan namin ang simple ngunit malalim na kasiyahan ng lutuing Greek, kung saan ang bawat recipe ay isang paalala na ang masasarap na pagkain ay may kapangyarihang maghatid sa iyo sa mga baybaying nalililiwanagan ng araw, mga pagtitipon ng pamilya, at ang puso ng pagiging mabuting pakikitungo ng mga Greek. Kaya, tipunin ang iyong mga sangkap, yakapin ang diwa ng Mediterranean, at tikman natin ang esensya ng lutuing Greek sa pamamagitan ng " Greekis" Opa!

GREEK BREAKFAST

1. Greek Omelet Casserole

MGA INGREDIENTS:
- Labindalawang malalaking itlog
- Labindalawang onsa ng artichoke salad
- Walong onsa ng bagong hiwa ng spinach
- Isang kutsara ng sariwang dill
- Apat na kutsarita ng langis ng oliba
- Isang kutsarita ng pinatuyong oregano
- Dalawang cloves ng tinadtad na bawang
- Dalawang tasa ng buong gatas
- Limang onsa ng mga kamatis na pinatuyong araw
- Isang tasa ng crumbled feta cheese
- Isang kutsarita ng lemon pepper
- Isang kutsarita ng asin
- Isang kutsarita ng paminta

MGA TAGUBILIN:
a) Kumuha ng malaking mangkok.
b) Idagdag ang mga itlog sa mangkok.
c) Talunin ang mga itlog ng halos limang minuto.
d) Kumuha ng isa pang mangkok at idagdag ang paminta, lemon pepper, sariwang dill, pinatuyong oregano, at asin sa mangkok.
e) Haluing mabuti ang lahat ng sangkap.
f) Idagdag ang langis ng oliba at spinach sa mangkok ng itlog.
g) Haluing mabuti ang mga sangkap at idagdag ang tinadtad na bawang at ang iba pang sangkap.
h) Paghaluin ang lahat ng mga sangkap ng parehong mga mangkok.
i) Idagdag ang timpla sa isang greased baking dish.
j) Ihurno ang kaserol sa loob ng dalawampu't lima hanggang tatlumpung minuto.
k) Ilabas ang kaserol kapag tapos na.
l) Handa nang ihain ang ulam.

2. Greek Cheese Pie na may Nuts at Honey

MGA INGREDIENTS:
- Walong ounces ng feta cheese
- Isang pakete ng mga phyllo sheet
- Isang kutsarita ng pinatuyong mint
- Kalahating tasa ng tinadtad na mani (na gusto mo)
- Isang tasa ng honey thyme
- Isang tasa ng strained Greek yoghurt
- Pitong onsa ng mantikilya

MGA TAGUBILIN:
a) Kumuha ng malaking mangkok.
b) Idagdag ang mantikilya dito at talunin ng mabuti.
c) Idagdag ang Greek yoghurt at feta cheese sa butter bowl.
d) Haluing mabuti ang mga sangkap.
e) Idagdag ang pinatuyong mint sa mangkok at ihalo nang mabuti.
f) Ikalat ang mga phyllo sheet sa isang greased baking tray.
g) Idagdag ang pinaghalong keso sa mga phyllo sheet at takpan ito ng higit pang mga phyllo sheet.
h) Maghurno ng pie nang halos apatnapung minuto.
i) Ilabas ang pie.
j) Ibuhos ang honey thyme sa ibabaw ng pie.
k) Palamutihan ang ulam na may tinadtad na mani
l) Handa nang ihain ang ulam.

3. Mediterranean Breakfast Bowl

MGA INGREDIENTS:
- 4 soft-boiled na itlog, niluto ayon sa gusto mo
- 8 ounces puting button mushroom, hinati
- Extra virgin olive oil
- Kosher na asin
- 2 tasang cherry tomatoes
- 2 tasang baby spinach, nakaimpake
- 1 hanggang 2 sibuyas ng bawang, tinadtad
- 1 ½ tasa ng hummus
- Za'atar na pampalasa
- Mga olibo (opsyonal, para sa dekorasyon)

MGA TAGUBILIN:
SAUTÉ MUSHROOMS:
a) Painitin ang isang bahagyang ambon ng extra virgin olive oil sa isang kawali sa katamtamang init.

b) Idagdag ang mga kalahating kabute at lutuin hanggang sila ay ginintuang at malambot, tinimplahan ng isang pakurot ng Kosher salt. Alisin sa init at itabi.

BLISTER CHERRY TOMATOES:
c) Sa parehong kawali, magdagdag ng kaunti pang langis ng oliba at init sa katamtamang init.

d) Idagdag ang cherry tomatoes at lutuin hanggang sa magsimula silang mapaltos at lumambot. Alisin sa init at itabi.

MAGHANDA NG SPINACH:
e) Sa parehong kawali, magdagdag ng kaunti pang langis ng oliba kung kinakailangan, at igisa ang tinadtad na bawang saglit hanggang sa mabango.

f) Idagdag ang nakaimpake na baby spinach at lutuin hanggang matuyo.

g) Timplahan ng kaunting asin.

MAGTITIPON ANG MAYOK:
h) Magsimula sa pamamagitan ng pagkalat ng isang masaganang layer ng hummus sa ilalim ng isang mangkok.

i) Ayusin ang soft-boiled na itlog, sautéed mushroom, blistered cherry tomatoes, at sautéed spinach sa ibabaw ng hummus.

j) Iwiwisik ang Za'atar sa mga sangkap.

k) Kung ninanais, magdagdag ng mga olibo para sa dagdag na lasa at palamuti.

4. Greek Avocado Toast

MGA INGREDIENTS:
- Kalahating tasa ng lemon juice
- Apat na hiwa ng tinapay
- Kalahating tasa ng cherry tomatoes
- Kalahating tasa ng extra-virgin olive oil
- Kalahating tasa ng crumbled cheese
- Dinurog na pulang sili
- Kalahating tasa ng tinadtad na pipino
- Isang quarter cup ng dill
- Kalahating tasa ng Kalamata olives
- Dalawang tasa ng tinadtad na abukado
- Isang kurot ng asin
- Isang kurot ng black pepper

MGA TAGUBILIN:
a) Kumuha ng malaking mangkok.
b) Idagdag ang lahat ng sangkap maliban sa mga hiwa ng tinapay.
c) Paghaluin ang lahat ng sangkap.
d) I-toast ang mga hiwa ng tinapay.
e) Ikalat ang timpla sa ibabaw ng mga hiwa ng tinapay.

5. Whole Grain Toast na may Abukado at Itlog

MGA INGREDIENTS:
- 2 hiwa ng buong butil na tinapay
- 1 hinog na abukado
- 2 nilagang o pritong itlog
- Asin at paminta para lumasa
- Opsyonal na mga toppings: cherry tomatoes, red pepper flakes, o sariwang damo

INSTRUCTIONS:
a) I-toast ang mga hiwa ng whole grain bread hanggang sa maging malutong.
b) I-mash ang hinog na avocado at ikalat ito sa toasted bread.
c) Itaas ang bawat hiwa na may nilagang o pritong itlog.
d) Timplahan ng asin, paminta, at anumang opsyonal na topping na gusto mo.
e) I-enjoy ang iyong avocado at egg toast!

6. Greek Scrambled Eggs

MGA INGREDIENTS:
- Dalawang kutsara ng langis ng oliba
- Dalawang malalaking itlog
- Isang hinog na cherry tomato
- Isang kurot ng asin
- Isang kurot ng black pepper

MGA TAGUBILIN:
a) Kumuha ng malaking kawali.
b) Idagdag ang langis ng oliba sa kawali.
c) Idagdag ang mga kamatis at asin sa kawali.
d) Lutuin nang mabuti ang mga kamatis, at pagkatapos ay idagdag ang itim na paminta sa kawali.
e) Hatiin ang mga itlog sa kawali.
f) Haluing mabuti ang mga sangkap.
g) Ilabas kapag tapos na ang mga itlog

7.Greek Fried Egg na may Patatas at Feta

MGA INGREDIENTS:
- Dalawang kutsara ng langis ng oliba
- Dalawang malalaking itlog
- Isang tinadtad na patatas
- Animnapung gramo ng feta cheese
- Isang kurot ng asin
- Isang kurot ng black pepper

MGA TAGUBILIN:
a) Kumuha ng malaking kawali.
b) Idagdag ang langis ng oliba sa kawali.
c) Idagdag ang patatas at asin sa kawali.
d) Lutuin ng mabuti ang patatas at pagkatapos ay idagdag ang itim na paminta sa kawali.
e) Hatiin ang mga itlog sa kawali.
f) Idagdag ang crumbled feta cheese sa ibabaw.
g) Lutuing mabuti ang mga sangkap sa magkabilang panig.
h) Ilabas kapag tapos na ang mga itlog

8. Greek Sesame Bread Rings

MGA INGREDIENTS:
- Dalawang tasa ng harina
- Tatlong kutsara ng langis ng oliba
- Dalawang kutsarita ng asin
- Kalahating kutsarita ng lebadura
- Isang kutsarita ng asukal
- Isang tasa ng linga
- Isang baso ng maligamgam na tubig

MGA TAGUBILIN:
a) Kumuha ng malaking mangkok.
b) Idagdag ang asukal, lebadura, at maligamgam na tubig sa mangkok.
c) Haluing mabuti at itabi hanggang sa mabuo ang mga bula.
d) Idagdag ang harina at asin sa halo.
e) Masahin nang mabuti ang kuwarta at simulan ang pagbuo ng mga istruktura ng singsing mula sa pinaghalong kuwarta.
f) Idagdag ang mga buto ng linga sa ibabaw ng mga singsing at ilagay ang mga singsing sa isang baking tray.
g) Maghurno ng ulam para sa mga tatlumpung minuto.

9. Greek Breakfast Ladenia

MGA INGREDIENTS:
- Dalawang tasa ng harina
- Tatlong kutsara ng langis ng oliba
- Dalawang kutsarita ng asin
- Kalahating kutsarita ng lebadura
- Isang kutsarita ng asukal
- Isang tasa ng cherry tomatoes
- Dalawang kutsarita ng pinatuyong oregano
- Isang tasa ng hiniwang sibuyas
- Isang baso ng maligamgam na tubig

MGA TAGUBILIN:
a) Kumuha ng malaking mangkok.
b) Idagdag ang asukal, lebadura, at maligamgam na tubig sa mangkok.
c) Haluing mabuti at itabi hanggang sa mabuo ang mga bula.
d) Idagdag ang harina at asin sa halo.
e) Masahin nang mabuti ang kuwarta at simulan ang pagbuo ng bilog na flatbread mula sa pinaghalong kuwarta.
f) Ilagay ang hiniwang sibuyas at cherry tomatoes sa ibabaw ng tinapay at ilagay ang bread dough sa isang baking tray.
g) Maghurno ng ulam para sa mga tatlumpung minuto.

10. Greek Breakfast Rice Pudding (Rizogalo)

MGA INGREDIENTS:
- Dalawang tasa ng buong gatas
- Dalawang baso ng tubig
- Apat na kutsara ng gawgaw
- Apat na kutsara ng puting asukal
- Kalahating tasa ng bigas
- Isang quarter na kutsarita ng cinnamon powder

MGA TAGUBILIN:
a) Kumuha ng isang malaking kasirola.
b) Idagdag ang tubig at buong gatas.
c) Hayaang kumulo ang likido sa loob ng limang minuto.
d) Idagdag ang bigas at asukal sa pinaghalong gatas.
e) Lutuing mabuti ang lahat ng sangkap sa loob ng tatlumpung minuto o hanggang sa magsimula itong maging makapal.
f) Idagdag ang cinnamon powder sa ibabaw.
g) Handa nang ihain ang ulam.

11. Greek Breakfast Egg Muffins

MGA INGREDIENTS:
- Kalahating tasa ng mga kamatis na pinatuyong araw
- Sampung itlog
- Isang quarter cup ng olives
- Isang tasa ng crumbled cheese
- Isang quarter cup ng cream

MGA TAGUBILIN:
a) Kumuha ng malaking mangkok.
b) Idagdag ang lahat ng sangkap sa mangkok.
c) Haluing mabuti ang lahat.
d) Ibuhos ang pinaghalong itlog sa isang greased muffin tray.
e) Maghurno ng mga muffin sa loob ng dalawampu hanggang tatlumpung minuto.
f) Ilabas ang muffins.
g) Handa nang ihain ang ulam.

12.Greek Breakfast Egg Skillet na may mga Gulay at Feta

MGA INGREDIENTS:
- Dalawang kutsara ng langis ng oliba
- Dalawang malalaking itlog
- Isang hinog na kamatis na cherry
- Dalawang tasa ng tinadtad na baby spinach
- Isang tasa ng tinadtad na sibuyas
- Isang tasa ng bell pepper
- Isang quarter cup ng crumbled feta cheese
- Isang kurot ng asin
- Isang kurot ng black pepper

MGA TAGUBILIN:
a) Kumuha ng malaking kawali.
b) Idagdag ang langis ng oliba sa kawali.
c) Idagdag ang sibuyas at asin sa kawali.
d) Lutuin nang mabuti ang mga sibuyas, at pagkatapos ay idagdag ang itim na paminta sa kawali.
e) Idagdag ang baby spinach at bell pepper sa timpla.
f) Lutuin nang mabuti ang mga sangkap sa loob ng halos limang minuto.
g) Hatiin ang mga itlog sa kawali.
h) Lutuing mabuti ang mga sangkap.
i) Ilabas kapag tapos na ang mga itlog.
j) Palamutihan ang ulam na may crumbled feta cheese.

13. Greek Breakfast Pitas

MGA INGREDIENTS:
- Dalawang kutsara ng langis ng oliba
- Dalawang hiwa ng tinapay na pita
- Dalawang malalaking itlog
- Isang hinog na kamatis na cherry
- Dalawang tasa ng tinadtad na baby spinach
- Isang tasa ng tinadtad na sibuyas
- Kalahating tasa ng tinadtad na basil
- Isang tasa ng bell pepper
- Isang quarter cup ng crumbled feta cheese
- Isang kurot ng asin
- Isang kurot ng black pepper
- Isang bungkos ng tinadtad na cilantro

MGA TAGUBILIN:
a) Kumuha ng malaking kawali.
b) Idagdag ang langis ng oliba sa kawali.
c) Idagdag ang sibuyas at asin sa kawali.
d) Lutuin nang mabuti ang mga sibuyas, at pagkatapos ay idagdag ang itim na paminta sa kawali.
e) Idagdag ang baby spinach at bell pepper sa timpla.
f) Lutuin nang mabuti ang mga sangkap sa loob ng halos limang minuto.
g) Hatiin ang mga itlog sa kawali.
h) Lutuing mabuti ang mga sangkap.
i) Ilabas kapag tapos na ang mga itlog.
j) Hayaang lumamig ang mga itlog, at pagkatapos ay idagdag ang crumbled feta cheese
k) sa loob nito.
l) Haluing mabuti.
m) Init ang tinapay na pita.
n) Gumupit ng isang butas sa tinapay at idagdag ang nilutong timpla dito.
o) Palamutihan ang tinapay na may tinadtad na cilantro.

14. Greek Yogurt Parfait

MGA INGREDIENTS:
- 1 tasa ng Greek yogurt
- ½ tasang sariwang berry (hal., blueberries, strawberry)
- 2 kutsarang pulot
- 2 kutsarang tinadtad na mani (hal., almond o walnuts)
- ¼ tasa ng granola

INSTRUCTIONS:
a) Sa isang baso o mangkok, i-layer ang Greek yogurt, sariwang berry, at pulot.
b) Budburan ng tinadtad na mani at granola.
c) Tangkilikin ang iyong masarap na Greek yogurt parfait!

15. Mediterranean Omelet

MGA INGREDIENTS:
- 2 malalaking itlog
- ¼ tasa ng diced na kamatis
- ¼ tasa diced bell peppers
- ¼ tasa diced pulang sibuyas
- 2 kutsara ng feta cheese
- 1 kutsarang langis ng oliba
- Mga sariwang damo (hal., perehil o oregano)
- Asin at paminta para lumasa

MGA TAGUBILIN:
a) Init ang langis ng oliba sa isang kawali sa katamtamang init.
b) Igisa ang hiniwang gulay hanggang sa lumambot.
c) Talunin ang mga itlog sa isang mangkok at ibuhos ang mga ito sa kawali.
d) Lutuin hanggang maluto ang mga itlog, pagkatapos ay budburan ng feta cheese, herbs, asin, at paminta.
e) Tiklupin ang omelet sa kalahati at ihain nang mainit.

16. Spinach at Feta Breakfast Wrap

MGA INGREDIENTS:
- 2 malalaking itlog
- 1 tasang sariwang dahon ng spinach
- 2 kutsarang durog na feta cheese
- 1 buong wheat tortilla
- 1 kutsarang langis ng oliba
- Asin at paminta para lumasa

MGA TAGUBILIN:

a) Init ang langis ng oliba sa isang kawali sa katamtamang init.

b) Magdagdag ng sariwang dahon ng spinach at lutuin hanggang matuyo.

c) Sa isang mangkok, haluin ang mga itlog at i-scramble ang mga ito sa kawali na may spinach.

d) Budburan ang feta cheese sa mga itlog at lutuin hanggang sa bahagyang matunaw.

e) Ilagay ang pinaghalong itlog at spinach sa isang whole wheat tortilla, igulong ito, at magsilbi bilang isang pambalot.

GREEK MERRYenda

17. Greek Tzatziki Dip

MGA INGREDIENTS:
- Isa at kalahating tasa ng Greek yoghurt
- Isang kutsara ng tinadtad na sariwang dill
- Kalahating tinadtad na pipino
- Dalawang kutsara ng langis ng oliba
- Kalahating kutsarita ng asin
- Dalawang kutsarita ng tinadtad na bawang
- Isang kutsarang puting suka

MGA TAGUBILIN:
a) Kumuha ng malaking mangkok.
b) Idagdag ang lahat ng pinatuyong sangkap sa mangkok.
c) Haluing mabuti at palamigin ng sampung minuto.
d) Idagdag ang mga basang sangkap sa mangkok.
e) Haluing mabuti.

18. Greek Fried Cheese

MGA INGREDIENTS:
- Isang kalahating kilong matigas na keso
- Mantika
- Isang tasang all-purpose na harina

INSTRUCTIONS:
a) Gupitin ang keso sa mga hiwa.
b) Isawsaw ito sa all-purpose flour.
c) Kumuha ng malaking kawali.
d) Magdagdag ng mantika sa kawali at init na mabuti.
e) Idagdag ang mga hiwa ng keso at i-deep fry hanggang maging golden brown.

19. Greek Fries

MGA INGREDIENTS:
- Isang kalahating kilong russet na patatas
- Mantika
- Isang tasang all-purpose na harina
- Isang tasa na durog na feta cheese
- Isang tasa ng salsa

MGA TAGUBILIN:
a) Gupitin ang mga patatas sa mga stick.
b) Isawsaw ito sa all-purpose flour.
c) Kumuha ng malaking kawali.
d) Magdagdag ng mantika sa kawali at init na mabuti.
e) Idagdag ang potato sticks at i-deep fry hanggang maging golden brown.
f) Ilabas ang fries at idagdag ang salsa at feta cheese sa ibabaw.

20.Greek Feta Dip

MGA INGREDIENTS:
- Isa at kalahating tasa ng Greek yoghurt
- Isang kutsara ng tinadtad na sariwang dill
- Kalahating tinadtad na feta cheese
- Dalawang kutsara ng langis ng oliba
- Kalahating kutsarita ng asin
- Dalawang kutsarita ng tinadtad na bawang
- Isang kutsarang puting suka

MGA TAGUBILIN:
a) Kumuha ng malaking mangkok.
b) Idagdag ang lahat ng pinatuyong sangkap sa mangkok.
c) Haluing mabuti at palamigin ng sampung minuto.
d) Idagdag ang mga basang sangkap sa mangkok.
e) Haluing mabuti.

21. Mediterranean Fruit Salad

MGA INGREDIENTS:
- 2 tasa ng pakwan, nakakubo
- 2 tasang pipino, diced
- 1 tasa feta cheese, gumuho
- ¼ tasa sariwang dahon ng mint o basil, tinadtad
- 1 kutsarang extra-virgin olive oil
- 1 kutsarang balsamic vinegar
- Asin at paminta para lumasa

MGA TAGUBILIN:

a) Sa isang malaking mangkok, pagsamahin ang pakwan, pipino, at feta cheese.

b) Sa isang maliit na mangkok, haluin ang langis ng oliba at balsamic vinegar.

c) Ibuhos ang dressing sa salad at ihalo nang malumanay upang pagsamahin.

d) Budburan ng tinadtad na dahon ng mint o basil.

e) Timplahan ng asin at paminta ayon sa panlasa.

f) Palamigin sa refrigerator sa loob ng 30 minuto bago ihain.

22.Calamari na may rosemary at chili oil

MGA INGREDIENTS:
- Extra virgin olive oil
- 1 bungkos ng sariwang rosemary
- 2 buong pulang sili, inalis ang binhi at pinong tinadtad na 150ml solong cream
- 3 pula ng itlog
- 2 kutsarang gadgad na Parmesan cheese
- 2 kutsarang plain flour
- Asin at sariwang giniling na itim na paminta
- 1 sibuyas ng bawang, binalatan at durog
- 1 kutsarita ng tuyo na oregano
- Langis ng gulay para sa deep-frying
- 6 Pusit, nilinis at pinutol ng mga singsing
- asin

MGA TAGUBILIN:
a) Upang gawin ang dressing, init ang langis ng oliba sa isang maliit na kasirola at ihalo ang rosemary at sili. Alisin sa equation.

b) Sa isang malaking mixing bowl, haluin ang cream, egg yolks, parmesan cheese, harina, bawang, at oregano. Haluin hanggang makinis ang batter. Timplahan ng itim na paminta, sariwang giniling.

c) Painitin muna ang mantika sa 200°C para sa deep-frying, o hanggang ang isang cube ng tinapay ay maging brown sa loob ng 30 segundo.

d) Isawsaw ang mga singsing ng pusit, nang paisa-isa, sa batter at maingat na ilagay ang mga ito sa mantika. Magluto hanggang sa ginintuang kayumanggi, mga 2-3 minuto.

e) Patuyuin sa papel sa kusina at ihain kaagad na may ibinuhos na dressing sa ibabaw. Kung kinakailangan, timplahan ng asin.

23. Greek Eggplant Dip

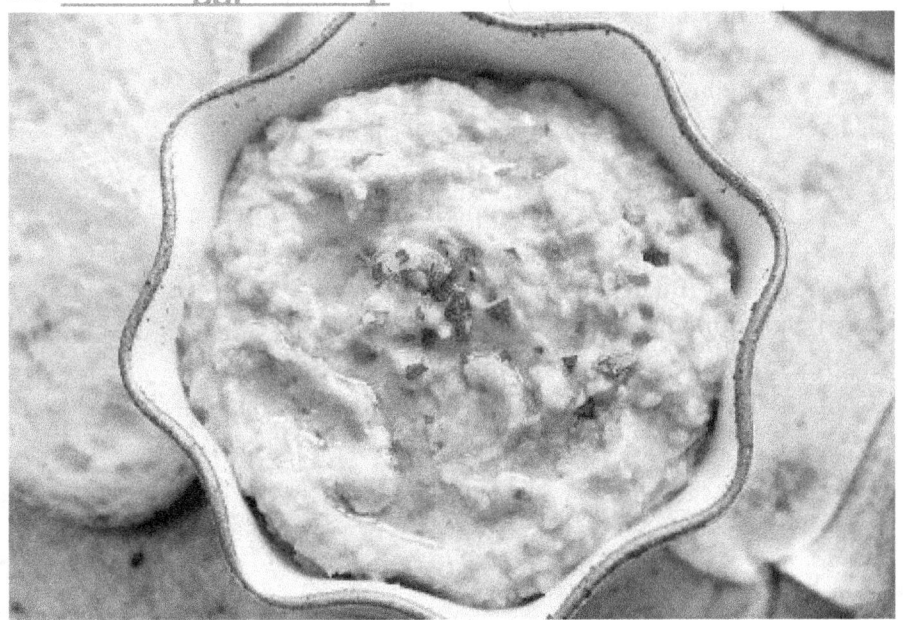

MGA INGREDIENTS:
- Isa at kalahating tasa ng Greek yoghurt
- Isang kutsara ng tinadtad na sariwang dill
- Half chopped roasted eggplant
- Dalawang kutsara ng langis ng oliba
- Kalahating kutsarita ng asin
- Dalawang kutsarita ng tinadtad na bawang

MGA TAGUBILIN:
a) Kumuha ng malaking mangkok.
b) Idagdag ang lahat ng sangkap at haluing mabuti.
c) Palamutihan ang ulam na may sariwang dill.

24. Greek Spanakopita Spring Rolls

MGA INGREDIENTS:
- Isang pakete ng spring roll wrapper
- Mantika
- **PARA SA PAGPUNO:**
- Isang tasa ng feta cheese
- Apat na itlog
- Kalahating kutsarita ng bagong gadgad na nutmeg
- Isang kurot ng asin
- Isang kutsarang langis ng oliba
- Isang quarter cup ng tinadtad na sibuyas
- Isang kutsarita ng tinadtad na bawang
- Isang kutsarang gatas
- Kalahating tasa ng tinadtad na spinach
- Isang kurot ng dinurog na itim na paminta

MGA TAGUBILIN:
a) Kumuha ng malaking kawali.
b) Idagdag ang langis ng oliba sa kawali.
c) Idagdag ang sibuyas at bawang kapag uminit na ang mantika.
d) Lutuin ang mga sibuyas hanggang sa maging malambot.
e) Paghaluin ang mga itlog at idagdag ang tinadtad na spinach sa kawali.
f) Lutuin ang mga sangkap hanggang malanta ang spinach.
g) Idagdag ang feta cheese, gatas, itim na paminta, asin, at bagong gadgad na nutmeg sa kawali.
h) Lutuin ang mga sangkap ng halos limang minuto.
i) Patayin ang kalan at hayaang lumamig ang timpla.
j) Idagdag ang timpla sa mga pambalot ng spring roll at igulong ito.
k) I-deep fry ang spring rolls hanggang maging golden brown ang mga ito.
l) Ilabas ang spanakopita kapag tapos na ito.

25. Greek Tortilla Pinwheels

MGA INGREDIENTS:
- Isang pakete ng tortillas
- Mantika

PARA SA PAGPUNO:
- Isang tasa ng feta cheese
- Isang kalahating kilong mince ng baka
- Kalahating kutsarita ng bagong gadgad na nutmeg
- Isang kurot ng asin
- Isang kutsarang langis ng oliba
- Isang quarter cup ng tinadtad na sibuyas
- Isang kutsarita ng tinadtad na bawang
- Isang kutsarang gatas
- Kalahating tasa ng tinadtad na spinach
- Isang kurot ng dinurog na itim na paminta

MGA TAGUBILIN:
a) Kumuha ng malaking kawali.
b) Idagdag ang langis ng oliba sa kawali.
c) Idagdag ang sibuyas at bawang kapag uminit na ang mantika.
d) Lutuin ang mga sibuyas hanggang sa maging malambot.
e) Paghaluin ang karne ng baka at idagdag ang tinadtad na spinach sa kawali.
f) Lutuin ang mga sangkap hanggang malanta ang spinach.
g) Idagdag ang feta cheese, gatas, itim na paminta, asin, at bagong gadgad na nutmeg sa kawali.
h) Lutuin ang mga sangkap ng halos limang minuto.
i) Patayin ang kalan at hayaang lumamig ang timpla.
j) Idagdag ang timpla sa tortillas at igulong ito.
k) Ihurno ang mga pinwheels hanggang sa maging golden brown ang mga ito.
l) Ilabas ang mga pinwheels kapag tapos na ang mga ito.

26. Greek Stuffed Cucumber Bites

MGA INGREDIENTS:
- Isang kilong pipino

PARA SA PAGPUNO:
- Isang tasa ng feta cheese
- Isang libra na mince ng manok
- Kalahating kutsarita ng bagong gadgad na nutmeg
- Isang kurot ng asin
- Isang kutsarang langis ng oliba
- Isang quarter cup ng tinadtad na sibuyas
- Isang kutsarita ng tinadtad na bawang
- Isang kurot ng dinurog na itim na paminta
- Sariwang mint

MGA TAGUBILIN:
a) Kumuha ng malaking kawali.
b) Idagdag ang langis ng oliba sa kawali.
c) Idagdag ang sibuyas at bawang kapag uminit na ang mantika.
d) Lutuin ang mga sibuyas hanggang sa maging malambot.
e) Ihalo ang manok sa kawali.
f) Idagdag ang feta cheese, black pepper, asin, at bagong gadgad na nutmeg sa kawali.
g) Lutuin ang mga sangkap ng halos limang minuto.
h) Patayin ang kalan at hayaang lumamig ang timpla.
i) Idagdag ang timpla sa mga piraso ng pipino.
j) Palamutihan ang ulam ng tinadtad na dahon ng mint.

27.Crisp spiced na patatas

MGA INGREDIENTS:
- 3 kutsarang langis ng oliba
- 4 Russet patatas, binalatan, at cu bed
- 2 kutsarang tinadtad na sibuyas
- 2 cloves ng bawang, tinadtad
- Asin at sariwang giniling na itim na paminta
- 1 1/2 kutsarang Spanish paprika
- 1/4 kutsarita ng Tabasco Sauce
- 1/4 kutsarita ng ground thyme
- 1/2 tasa ng Ketchup
- 1/2 tasa ng mayonesa
- Tinadtad na perehil, upang palamutihan
- 1 tasa ng langis ng oliba, para sa pagprito

MGA TAGUBILIN:
ANG BRAVA SAUCE:
a) Init ang 3 kutsarang langis ng oliba sa isang kasirola sa katamtamang init. Igisa ang sibuyas at bawang hanggang sa lumambot ang sibuyas.
b) Alisin ang kawali mula sa apoy at ihalo ang paprika, sarsa ng Tabasco, at thyme.
c) Sa isang mangkok ng paghahalo, pagsamahin ang ketchup at mayonesa.
d) Sa panlasa, timplahan ng asin at paminta. Alisin sa equation.

ANG MGA PATATAS:
e) Banayad na timplahan ang patatas na may asin at itim na paminta.
f) Iprito ang mga patatas sa 1 tasa (8 fl. oz.) na langis ng oliba sa isang malaking kawali hanggang sa maging ginintuang kayumanggi at maluto, paminsan-minsang ihahagis.
g) Patuyuin ang mga patatas sa mga tuwalya ng papel, tikman ang mga ito, at timplahan ng dagdag na asin kung kinakailangan.
h) Upang panatilihing malutong ang patatas, pagsamahin ang mga ito sa sarsa bago ihain.
i) Ihain nang mainit, pinalamutian ng tinadtad na perehil.

28. Greek Salad Cracker

MGA INGREDIENTS:
PARA SA PAGBIBIBIS:
- Kalahating kutsarita ng kosher salt
- Dalawang kutsarita ng sariwang giniling na itim na paminta
- Isang quarter cup ng red wine vinegar
- Kalahating tasa ng langis ng oliba
- Dalawang kutsara ng tinadtad na bawang
- Dalawang kutsarita ng sariwang oregano
- Kalahating kutsarita ng pinatuyong oregano

PARA SA SALAD:
- Isang tasa ng feta cheese
- Kalahating kalahating kilong hiwa ng crispbread
- Kalahating kutsarita ng tinadtad na bawang
- Dalawang kutsara ng langis ng oliba
- Kalahating tasa ng Kalamata olives
- Isang tasa ng red-orange bell pepper
- Isang tasa ng English cucumber
- Isang tasa ng cherry tomatoes

MGA TAGUBILIN:

a) Kumuha ng maliit na mangkok. Idagdag ang langis ng oliba at tinadtad na bawang dito.
b) Ihalo ang mga hiwa ng tinapay.
c) Maghurno ng mga hiwa sa loob ng sampung minuto.
d) Ilabas ang mga hiwa ng tinapay kapag tapos na sila.
e) Kumuha ng malaking mangkok. Idagdag ang English cucumber, Kalamata olives, red-orange bell pepper, cherry tomatoes, at feta cheese sa mangkok.
f) Haluing mabuti ang lahat at itabi.
g) Kumuha ng maliit na mangkok.
h) Idagdag ang olive oil, red wine vinegar, kosher salt, tinadtad na bawang, bagong durog na itim na paminta, sariwang oregano, at pinatuyong oregano.
i) Haluing mabuti ang lahat.
j) Ibuhos ang dressing na ito sa inihandang salad.
k) Haluing mabuti ang lahat at idagdag ito sa ibabaw ng mga hiwa ng toasted bread.

29. Greek Pita Bread Bites

MGA INGREDIENTS:
- Isang libra na kagat ng tinapay na pita
- Mantika
- Isang tasang all-purpose na harina
- Isang tasa na durog na feta cheese
- Isang tasa ng salsa

MGA TAGUBILIN:
a) Gupitin ang tinapay na pita sa mga piraso ng laki ng kagat.
b) Isawsaw ito sa all-purpose flour.
c) Kumuha ng malaking kawali.
d) Magdagdag ng mantika sa kawali at init na mabuti.
e) Idagdag ang pita bread at i-deep fry hanggang maging golden brown.
f) Ilabas ang tinapay at idagdag ang salsa at feta cheese sa ibabaw.

30.Mga Griyego na Zucchini Ball (Kolokithokeftedes)

MGA INGREDIENTS:
- Isang tinadtad na pulang sibuyas
- Dalawang tinadtad na sibuyas ng bawang
- Isang kurot ng asin
- Isang kurot ng black pepper
- Kalahating tasa ng dahon ng mint
- Dalawang tasa ng gadgad na zucchini
- Kalahating kutsarita ng oregano
- Isang itlog
- Dalawang kutsara ng langis ng oliba
- Isang tasa ng Greek yoghurt

MGA TAGUBILIN:

a) Kumuha ng malaking mangkok.

b) Idagdag ang gadgad na zucchini, pampalasa, mint, sibuyas, bawang, at itlog sa mangkok.

c) Paghaluin nang mabuti ang lahat ng mga sangkap at bumuo ng mga istruktura ng bilog na bola.

d) Iprito ang zucchini balls sa olive oil hanggang maging golden brown.

e) Ilabas ang mga bola.

f) Ihain ang mga zucchini ball na may Greek yoghurt sa gilid.

31. Baklava Energy Bites

MGA INGREDIENTS:
- 1 tasang tinadtad na mani (hal., walnuts, almonds)
- ¼ tasa ng rolled oats
- 2 kutsarang pulot
- ½ kutsarita ng giniling na kanela
- ¼ kutsarita ng giniling na mga clove
- ¼ kutsarita ng vanilla extract
- 1 kutsarang pinong tinadtad na pinatuyong mga aprikot (opsyonal)

MGA TAGUBILIN:
a) Sa isang food processor, pagsamahin ang mga tinadtad na mani at rolled oats. Pulse hanggang makinis na giling.
b) Magdagdag ng honey, cinnamon, cloves, at vanilla extract. Haluin hanggang dumikit ang timpla.
c) Kung ninanais, ihalo ang tinadtad na pinatuyong mga aprikot.
d) Pagulungin ang timpla sa mga bola na kasing laki ng kagat.
e) Palamigin sa refrigerator ng mga 30 minuto bago ihain.

32.S hrimp gambas

MGA INGREDIENTS:
- 1/2 tasa ng langis ng oliba
- Juice ng 1 lemon
- 2 kutsarita ng asin sa dagat
- 24 katamtamang laki ng hipon , nasa shell na buo ang mga ulo

MGA TAGUBILIN:
a) Sa isang mangkok ng paghahalo, pagsamahin ang langis ng oliba, lemon juice, at asin at pukawin hanggang sa lubusan na pinagsama. Upang bahagyang mabalot ang hipon, isawsaw ang mga ito sa pinaghalong sa loob ng ilang segundo.

b) Sa isang tuyong kawali, init ang mantika sa mataas na apoy. Nagtatrabaho sa mga batch, idagdag ang hipon sa isang layer nang hindi sinisiksik ang kawali kapag ito ay napakainit. 1 minutong paglalagablab

c) Bawasan ang init sa katamtaman at lutuin ng karagdagang minuto. Palakihin ang init sa mataas at painitin ang hipon para sa isa pang 2 minuto, o hanggang sa ginintuang.

d) Panatilihing mainit ang hipon sa isang mababang oven sa isang ovenproof na plato.

e) Lutuin ang natitirang hipon sa parehong paraan.

33. Mediterranean-Inspired Trail Mix

MGA INGREDIENTS:
- 1 tasang hilaw na almendras
- 1 tasang hilaw na kasoy
- 1 tasang unsalted pistachios
- ½ tasa ng pinatuyong mga aprikot, tinadtad
- ½ tasa ng pinatuyong igos, tinadtad
- ¼ tasang gintong pasas
- ¼ tasa ng mga kamatis na pinatuyong araw, tinadtad
- 1 kutsarang langis ng oliba
- ½ kutsarita ng giniling na kumin
- ½ kutsarita ng paprika
- ¼ kutsarita ng asin sa dagat
- ¼ kutsarita ng itim na paminta

MGA TAGUBILIN:
a) Painitin muna ang iyong oven sa 325°F (163°C).
b) Sa isang malaking mangkok, pagsamahin ang mga almendras, kasoy, at pistachio.
c) Sa isang maliit na mangkok, haluin ang langis ng oliba, ground cumin, paprika, sea salt, at black pepper.
d) Ibuhos ang pinaghalong pampalasa sa ibabaw ng mga mani at ihagis nang pantay-pantay.
e) Ikalat ang napapanahong mga mani sa isang baking sheet sa isang layer.
f) Inihaw ang mga nuts sa preheated oven sa loob ng 10-15 minuto, o hanggang sa bahagyang toasted ang mga ito. Siguraduhing pukawin ang mga ito paminsan-minsan upang matiyak ang pantay na pag-ihaw.
g) Kapag ang mga mani ay inihaw, alisin ang mga ito mula sa oven at hayaan silang ganap na lumamig.
h) Sa isang malaking mangkok ng paghahalo, pagsamahin ang mga inihaw na mani sa tinadtad na pinatuyong mga aprikot, igos, gintong pasas, at mga kamatis na pinatuyong araw.
i) Pagsama-samahin ang lahat para gawin ang iyong Mediterranean trail mix.
j) Itago ang trail mix sa isang lalagyan ng airtight para sa on-the-go na meryenda.

34. Mga Kagat ng Petsa at Pistachio

MGA INGREDIENTS:
- 12 Medjool date, pitted
- ½ tasang may kabibi na pistachios
- 2 kutsarang cream cheese o goat cheese
- 1 kutsarita ng pulot
- ½ kutsarita ng giniling na kumin
- ¼ kutsarita ng ground paprika
- Asin at itim na paminta sa panlasa
- Mga sariwang dahon ng perehil para sa dekorasyon (opsyonal)

MGA TAGUBILIN:

a) Sa isang food processor, pulso ang mga shelled pistachios hanggang sa sila ay makinis na tinadtad. Ilipat ang mga ito sa isang mababaw na mangkok at itabi.

b) Sa parehong food processor, pagsamahin ang cream cheese (o goat cheese), honey, ground cumin, ground paprika, asin, at black pepper. Haluin hanggang ang timpla ay maging makinis at maayos na pinagsama.

c) Maingat na buksan ang bawat pitted na petsa upang lumikha ng isang maliit na bulsa.

d) Kumuha ng humigit-kumulang 1 kutsarita ng pinaghalong keso at ilagay ito sa bawat petsa, punan ang bulsa.

e) Pagkatapos palaman ang mga petsa, igulong ang mga ito sa tinadtad na mga pistachio, na tinitiyak na ang mga pistachio ay sumunod sa pinaghalong keso.

f) Ilagay ang pinalamanan at pinahiran na mga petsa sa isang serving platter.

g) Kung ninanais, palamutihan ng sariwang dahon ng perehil para sa isang dampi ng berde.

h) Ihain kaagad ang iyong masarap na petsa at mga kagat ng pistachio, o itago ang mga ito sa refrigerator hanggang sa handa ka nang kumain.

35. Mga talong na may pulot

MGA INGREDIENTS:
- 3 Kutsarang Honey
- 3 talong
- 2 tasang Gatas
- 1 kutsarang asin
- 1 kutsarang paminta
- 100 g ng harina
- 4 na kutsarang langis ng oliba

MGA TAGUBILIN:

a) Hiwa-hiwain ng manipis ang talong.

b) Sa isang mixing dish, pagsamahin ang mga eggplants. Ibuhos ang sapat na gatas sa palanggana upang ganap na masakop ang mga talong. Timplahan ng kaunting asin.

c) Mag-iwan ng hindi bababa sa isang oras upang magbabad.

d) Kunin ang mga talong mula sa gatas at itabi ang mga ito. Gamit ang harina, balutin ang bawat hiwa. Pahiran sa pinaghalong asin-at-paminta.

e) Sa isang kawali, init ang langis ng oliba. I-deep fried ang mga hiwa ng talong sa 180 degrees C.

f) Ilagay ang mga pritong talong sa mga tuwalya ng papel upang masipsip ang labis na mantika.

g) Budburan ng pulot ang mga talong.

h) maglingkod.

TANGHALANG GREEK

36. Greek Classic Lemon Potatoes

MGA INGREDIENTS:
- Isang tasa ng sibuyas
- Isang tasa ng sabaw ng gulay
- Kalahating kutsarita ng pinausukang paprika
- Dalawang kutsara ng Dijon mustard
- Dalawang kutsarita ng puting asukal
- Dalawang kutsara ng langis ng oliba
- Dalawang tasa ng tomato paste
- Isang kutsara ng pinatuyong rosemary
- Isang kurot ng asin
- Isang kurot ng black pepper
- Isang kutsarita ng pinatuyong thyme
- Isang libra ng cauliflower florets
- Dalawang kutsara ng tinadtad na bawang
- Kalahating tasa ng tuyong puting alak
- Kalahating tasa ng lemon juice
- Kalahating tasa ng cilantro

MGA TAGUBILIN:
a) Kumuha ng malaking kawali.
b) Idagdag ang langis ng oliba at mga hiwa ng sibuyas dito.
c) Iprito ang mga hiwa ng sibuyas at pagkatapos ay ulamin ito.
d) Idagdag ang bawang, mga piraso ng patatas, lemon juice, at pampalasa sa kawali.
e) Lutuin ang mga piraso ng patatas sa mga pampalasa sa loob ng lima hanggang sampung minuto.
f) Idagdag ang natitirang sangkap sa pinaghalong.
g) Lutuin ang pinaghalong hanggang sa magsimula itong kumulo.
h) Ibaba ang init at takpan ang kawali na may takip.
i) Pagkatapos ng sampung minuto, alisin ang takip.
j) Suriin ang mga patatas bago ilabas ang mga ito.
k) Durugin ang nilutong hiwa ng sibuyas sa ibabaw bago ihain.

37. Greek Salad

MGA INGREDIENTS:
PARA SA PAGBIBIBIS:
- Kalahating kutsarita ng kosher salt
- Dalawang kutsarita ng sariwang giniling na itim na paminta
- Isang quarter cup ng red wine vinegar
- Kalahating tasa ng langis ng oliba
- Dalawang kutsara ng tinadtad na bawang
- Dalawang kutsarita ng sariwang oregano
- Kalahating kutsarita ng pinatuyong oregano

PARA SA SALAD:
- Isang tasa ng feta cheese
- Kalahating tasa ng parmesan cheese
- kalahating kilo ng mga hiwa ng tinapay
- Kalahating kutsarita ng tinadtad na bawang
- Dalawang kutsara ng langis ng oliba
- Kalahating tasa ng Kalamata olives
- Isang tasa ng red-orange bell pepper
- Isang tasa ng English cucumber
- Isang tasa ng cherry tomatoes

MGA TAGUBILIN:
a) Kumuha ng maliit na mangkok.
b) Idagdag ang langis ng oliba at tinadtad na bawang dito.
c) Haluing mabuti at ikalat sa mga hiwa ng tinapay.
d) Idagdag ang parmesan cheese sa ibabaw ng mga hiwa.
e) Maghurno ng mga hiwa sa loob ng sampung minuto.
f) Ilabas ang mga hiwa ng tinapay kapag tapos na sila.
g) Kumuha ng malaking mangkok.
h) Idagdag ang English cucumber, Kalamata olives, red-orange bell pepper, cherry tomatoes, at feta cheese sa mangkok.
i) Paghaluin ang lahat ng mabuti at itabi.
j) Kumuha ng maliit na mangkok.
k) Idagdag ang olive oil, red wine vinegar, kosher salt, tinadtad na bawang, bagong durog na itim na paminta, sariwang oregano, at pinatuyong oregano.
l) Haluing mabuti ang lahat.
m) Ibuhos ang dressing na ito sa inihandang salad.
n) Paghaluin ang lahat ng mabuti at idagdag ang toasted bread slices sa gilid.

38. Greek Chicken Gyros

MGA INGREDIENTS:
- Apat na flatbread
- Kalahating tasa ng sabaw ng gulay
- Isang quarter cup ng lemon juice
- Isang tasa ng tzatziki sauce
- Kalahating tasa ng hiniwang pulang sibuyas
- Kalahating tasa ng hiniwang kamatis
- Kalahating tasa ng romaine lettuce
- Isang kutsarang tinadtad na bawang
- Isang tasa ng tomato paste
- Dalawang kutsara ng langis ng oliba
- Isang kutsarang pulbos ng bawang
- Isang kutsara ng pinatuyong thyme
- Kalahating kutsarita ng ground cinnamon
- Dalawang kutsara ng chili powder
- Isang quarter na kutsarita ng sariwang nutmeg
- Isang kurot ng asin sa dagat
- Dalawang tasa ng mga piraso ng manok

MGA TAGUBILIN:
a) Kumuha ng malaking kawali.
b) Idagdag ang langis ng oliba at bawang sa kawali.
c) Idagdag ang oregano, tomato paste, pinausukang paprika, nutmeg, chili powder, thyme, at asin.
d) Idagdag ang sabaw ng gulay, lemon juice, at mga piraso ng manok sa kawali.
e) Lutuin nang mabuti ang mga sangkap sa loob ng mga labinlimang minuto.
f) Ihurno ang mga flatbread nang mga dalawa hanggang tatlong minuto.
g) Gupitin ang mga flatbread sa pagitan upang bumuo ng istraktura ng pouch.
h) Idagdag ang nilutong timpla sa flatbread at lagyan ng tzatziki sauce, romaine lettuce, hiniwang kamatis, at pulang sibuyas.

39. Mga bola-bola ng Greek

MGA INGREDIENTS:
- Isang tinadtad na pulang sibuyas
- Dalawang tinadtad na sibuyas ng bawang
- Isang kurot ng asin
- Isang kurot ng black pepper
- Kalahating tasa ng dahon ng mint
- Dalawang tasa ng mince ng baka
- Kalahating kutsarita ng oregano
- Isang itlog
- Dalawang kutsara ng langis ng oliba
- Isang tasa ng Greek yoghurt

MGA TAGUBILIN:
a) Kumuha ng malaking mangkok.
b) Idagdag ang mince ng baka, pampalasa, mint, sibuyas, bawang, at itlog sa mangkok.
c) Paghaluin nang mabuti ang lahat ng mga sangkap at bumuo ng mga istruktura ng bilog na bola.
d) Iprito ang meatballs sa olive oil hanggang maging golden brown.
e) Ilabas ang mga bola-bola.
f) Ihain ang mga meatball na may Greek yoghurt sa gilid.

40. Greek Stuffed Peppers

MGA INGREDIENTS:
- Kalahating tasa ng nilutong bigas
- Isang tasa ng tomato paste
- Dalawang kutsara ng unsalted butter
- Tatlong kutsara ng butil na asukal
- Kalahating tasa ng tinadtad na karot
- Isang kutsarita ng tinadtad na luya
- Dalawang tasa ng pinaghalong keso
- Tinadtad na sariwang perehil
- Dalawang kutsara ng langis ng oliba
- Isang kalahating kilong green bell peppers
- Dalawang tasa ng kamatis
- Isang kurot ng asin
- Isang kurot ng black pepper
- Dalawang tasa ng tinadtad na patatas
- Isang tasa ng tinadtad na pulang sibuyas
- Isang kutsarang tinadtad na bawang
- Kalahating tasa ng tinadtad na zucchini

MGA TAGUBILIN:
a) Kumuha ng malaking kawali.
b) Idagdag ang mantikilya at tinadtad na sibuyas sa kawali.
c) Lutuin ang sibuyas hanggang sa maging malambot.
d) Idagdag ang bawang at luya gayundin ang tinadtad na zucchini, tinadtad na patatas, kamatis, tomato paste, at tinadtad na karot.
e) Lutuin nang mabuti ang mga gulay sa loob ng halos sampung minuto.
f) Idagdag ang granulated sugar, lutong kanin, asin, at paminta.
g) Paghaluin ang lahat ng mabuti at ulam.
h) Linisin ang mga kampanilya mula sa loob at idagdag ang nilutong timpla dito.
i) Idagdag ang pinaghalong keso sa ibabaw at ilagay ang mga bell peppers sa isang greased baking tray.
j) I-bake ang bell peppers hanggang sa maging light golden brown ang keso.
k) Palamutihan ang kampanilya ng mga sariwang tinadtad na dahon ng perehil.

41. Greek Bean Soup

MGA INGREDIENTS:
- Kalahating tasa ng tinadtad na sariwang thyme
- Kalahating tasa ng tinadtad na sariwang oregano
- Kalahating tasa ng tinadtad na sariwang chives
- Isang kutsarita ng halo-halong spice powder
- Kalahating kutsarita ng pinausukang paprika
- Isang bay leaf
- Isang kurot ng asin
- Isang kurot ng black pepper
- Dalawang kutsara ng langis ng oliba
- Isang libra ng beans
- Kalahating kutsara ng tinadtad na bawang
- Dalawang tasa ng tinadtad na kamatis
- Isang tasa ng tinadtad na sibuyas
- Isang tasa ng tinadtad na perehil
- Isang tasa ng stock ng gulay
- Isang basong tubig

MGA TAGUBILIN:
a) Kumuha ng malaking kawali.
b) Idagdag ang tinadtad na mga sibuyas at langis ng oliba dito.
c) Haluing mabuti ang mga sangkap.
d) Ilagay ang tinadtad na bawang sa kawali.
e) Idagdag ang mga kamatis, oregano, bay leaf, asin, itim na paminta, thyme, pinausukang paprika, ihalo ang spice powder, at chives sa kawali.
f) Lutuing mabuti ang mga sangkap.
g) Idagdag ang beans sa pinaghalong.
h) Idagdag ang stock ng gulay at tubig sa kawali.
i) Haluing mabuti ang sabaw.
j) Maglagay ng takip sa ibabaw ng kawali.
k) Lutuin ang sopas sa loob ng sampu hanggang labinlimang minuto.
l) Ilabas ang sopas kapag tapos na ang beans.
m) Palamutihan ang ulam na may tinadtad na perehil sa itaas.

42. Greek Roasted Green Beans

MGA INGREDIENTS:
- Isang kurot ng asin
- Isang kurot ng black pepper
- Apat na tasa ng diced green beans
- Isang tasa ng tinadtad na sibuyas
- kalahating kutsara ng tinadtad na bawang,
- Tatlong kutsara ng langis ng oliba
- Dalawang kutsara ng butil na asukal
- Dalawang kutsara ng tinadtad na perehil
- Isang kutsara ng pinausukang paprika
- Dalawang kutsara ng sariwang oregano
- Dalawang tablespoons ng sariwang thyme
- Kalahating tasa ng stock ng gulay
- Isang tasa ng tinadtad na kamatis

MGA TAGUBILIN:
a) Kumuha ng malaking kawali.
b) Idagdag ang tinadtad na sibuyas at langis ng oliba dito.
c) Haluing mabuti ang mga sangkap.
d) Ilagay ang tinadtad na bawang sa kawali.
e) Idagdag ang mga kamatis, oregano, asin, black pepper, granulated sugar, thyme, at pinausukang paprika sa kawali.
f) Lutuing mabuti ang mga sangkap.
g) Idagdag ang diced green beans sa pinaghalong.
h) Idagdag ang stock ng gulay sa kawali.
i) Haluing mabuti ang mga sangkap.
j) Maglagay ng takip sa ibabaw ng kawali.
k) Lutuin ang green beans sa loob ng sampu hanggang labinlimang minuto.
l) Ilabas ang pagkain kapag tapos na ang green beans.
m) Palamutihan ang ulam na may tinadtad na perehil sa itaas.

43. Greek Lentil Soup

MGA INGREDIENTS:
- Isang kurot ng asin
- Isang kurot ng black pepper
- Dalawang kutsara ng langis ng oliba
- Isang kilong halo-halong lentil
- Kalahating kutsara ng tinadtad na bawang
- Dalawang tasa ng tinadtad na kamatis
- Kalahating tasa ng tinadtad na sariwang thyme
- Kalahating tasa ng tinadtad na sariwang oregano
- Kalahating tasa ng tinadtad na sariwang chives
- Isang kutsarita ng halo-halong spice powder
- Kalahating kutsarita ng pinausukang paprika
- Isang bay leaf
- Isang tasa ng tinadtad na sibuyas
- Isang tasa ng tinadtad na perehil
- Isang tasa ng stock ng gulay
- Isang basong tubig

MGA TAGUBILIN:
a) Kumuha ng malaking kawali.
b) Idagdag ang tinadtad na mga sibuyas at langis ng oliba dito.
c) Haluing mabuti ang mga sangkap.
d) Ilagay ang tinadtad na bawang sa kawali.
e) Idagdag ang mga kamatis, oregano, bay leaf, asin, itim na paminta, thyme, pinausukang paprika, ihalo ang spice powder, at chives sa kawali.
f) Lutuing mabuti ang mga sangkap.
g) Idagdag ang mga lentil sa halo.
h) Idagdag ang stock ng gulay at tubig sa kawali.
i) 9. Haluing mabuti ang sabaw.
j) Maglagay ng takip sa ibabaw ng kawali.
k) Lutuin ang sopas sa loob ng sampu hanggang labinlimang minuto.
l) Ilabas ang sopas kapag tapos na ang lentils.
m) Palamutihan ang ulam na may tinadtad na perehil sa itaas.

44. Greek Chickpea Soup

MGA INGREDIENTS:
- Isang tasa ng tinadtad na sibuyas
- Isang tasa ng tinadtad na perehil
- Isang tasa ng stock ng gulay
- Isang basong tubig
- Isang kurot ng asin
- Isang kurot ng black pepper
- Dalawang kutsara ng langis ng oliba
- Isang kilong chickpeas
- Kalahating kutsara ng tinadtad na bawang
- Dalawang tasa ng tinadtad na kamatis
- Kalahating tasa ng tinadtad na sariwang thyme
- Kalahating tasa ng tinadtad na sariwang oregano
- Kalahating tasa ng tinadtad na sariwang chives
- Isang kutsarita ng halo-halong spice powder
- Kalahating kutsarita ng pinausukang paprika
- Isang bay leaf

MGA TAGUBILIN:
a) Kumuha ng malaking kawali.
b) Idagdag ang tinadtad na mga sibuyas at langis ng oliba dito.
c) Haluing mabuti ang mga sangkap.
d) Ilagay ang tinadtad na bawang sa kawali.
e) Idagdag ang mga kamatis, oregano, bay leaf, asin, itim na paminta, thyme, pinausukang paprika, ihalo ang spice powder, at chives sa kawali.
f) Lutuing mabuti ang mga sangkap.
g) Idagdag ang mga chickpeas sa pinaghalong.
h) Idagdag ang stock ng gulay at tubig sa kawali.
i) Haluing mabuti ang sabaw.
j) Maglagay ng takip sa ibabaw ng kawali.
k) Lutuin ang sopas ng sampu hanggang labinlimang minuto.
l) Ilabas ang sopas kapag tapos na ang mga chickpeas.
m) Palamutihan ang ulam na may tinadtad na perehil sa itaas.

45. Greek Souvlaki

MGA INGREDIENTS:
- kalahating kutsara ng tinadtad na bawang,
- Tatlong kutsara ng langis ng oliba
- Dalawang kutsara ng butil na asukal
- Dalawang kutsara ng tinadtad na perehil
- Isang kutsara ng pinausukang paprika
- Dalawang kutsara ng sariwang oregano
- Dalawang tablespoons ng sariwang thyme
- Kalahating tasa ng tinadtad na sariwang chives
- Isang kutsarita ng halo-halong spice powder
- Kalahating kutsarita ng pinausukang paprika
- Isang kilong hita ng manok
- Pita na tinapay

MGA TAGUBILIN:
a) Kumuha ng malaking mangkok.
b) Idagdag ang lahat ng sangkap sa mangkok.
c) Haluing mabuti ang marinade.
d) Inihaw ang mga piraso ng manok sa isang grill pan.
e) Lutuin kapag ang mga piraso ng manok ay ginintuang kayumanggi sa magkabilang panig.
f) Ihain ang souvlaki na may pita bread sa gilid.

46. Greek Beef at Eggplant Lasagna (Moussaka)

MGA INGREDIENTS:
- Isang kutsarang tinadtad na bawang
- Dalawang tablespoons ng sariwang tinadtad dill
- Isang tasa ng feta cheese
- Dalawang tasa ng mince ng baka
- Isang kurot ng asin
- Isang kurot ng dinurog na itim na paminta
- Isang tasang piraso ng talong
- Dalawang kutsara ng langis ng oliba
- Tatlong tasa ng baby spinach
- Dalawang tasa ng russet na patatas
- Isang tasa ng tinadtad na sibuyas
- Dalawang tasa ng tomato sauce
- Dalawang tasa ng béchamel sauce

GA TAGUBILIN:
a) Kumuha ng malaking mangkok.
b) Idagdag ang talong, beef mince, patatas, baby spinach sa isang mangkok.
c) Paghaluin ang langis ng oliba, asin, at durog na itim na paminta sa mangkok.
d) Maghurno ng mga sangkap sa isang oven para sa mga dalawampung minuto.
e) Kumuha ng malaking kawali.
f) Idagdag ang langis ng oliba at sibuyas sa kawali.
g) Lutuin ang mga sibuyas hanggang sa maging malambot.
h) Idagdag ang tinadtad na bawang sa kawali.
i) Lutuing mabuti ang mga sangkap.
j) Idagdag ang feta cheese, asin, at itim na paminta sa kawali.
k) Paghaluin nang mabuti ang lahat ng sangkap at idagdag ang tinadtad na dill sa
l) pan.
m) Idagdag ang inihurnong baka at mga gulay sa kawali at pagkatapos ay ihalo
n) Maayos Lahat.
o) Idagdag ang tomato sauce at béchamel sauce sa ibabaw ng pinaghalong gulay.
p) Maghurno para sa isa pang sampung minuto.

47. Mediterranean Chickpea Salad

MGA INGREDIENTS:
- 2 lata (15 ounces bawat isa) chickpeas, pinatuyo at binanlawan
- 1 tasa ng cherry tomatoes, hatiin
- 1 pipino, diced
- ½ pulang sibuyas, pinong tinadtad
- ¼ tasa Kalamata olives, pitted at hiniwa
- ¼ tasa feta cheese, gumuho
- 2 kutsarang extra-virgin olive oil
- 2 kutsarang red wine vinegar
- 1 kutsarita ng tuyo na oregano
- Asin at paminta para lumasa

MGA TAGUBILIN:
a) Sa isang malaking salad bowl, pagsamahin ang chickpeas, cherry tomatoes, cucumber, red onion, at Kalamata olives.
b) Sa isang maliit na mangkok, haluin ang langis ng oliba, suka ng red wine, pinatuyong oregano, asin, at paminta.
c) Ibuhos ang dressing sa salad at ihagis upang pagsamahin.
d) Itaas na may crumbled feta cheese.
e) Ihain nang malamig at mag-enjoy!

48.Lemon Herb Chicken na may Quinoa at Peach

MGA INGREDIENTS:
PARA SA LEMON HERB CHICKEN:
- 1 maliit na hita ng manok (3 oz, walang buto, walang balat)
- ¼ lemon, tinadtad
- ¼ kutsarita ng paprika
- Asin at paminta para lumasa
- Canola o vegetable oil para sa pag-ihaw

PARA SA QUINOA AT PEACH SALAD:
- 1 tasang lutong quinoa
- 1 malaking peach, kinautot at tinadtad
- 2 kutsarang sariwang basil, napunit
- 10 halves ng pecan, tinadtad
- 1 kutsarita ng langis ng oliba

MGA TAGUBILIN:
PARA SA LEMON HERB CHICKEN:
a) Sa isang maliit na mangkok, pagsamahin ang lemon juice, paprika, asin, at paminta upang lumikha ng isang marinade.

b) Ilagay ang hita ng manok sa isang resealable na plastic bag o isang mababaw na ulam, at ibuhos ang marinade dito.

c) I-seal ang bag o takpan ang ulam, at i-marinate ang manok sa refrigerator nang hindi bababa sa 30 minuto, o mas matagal para sa mas maraming lasa.

d) Painitin muna ang grill o grill pan sa katamtamang init, at i-brush ito ng canola o vegetable oil.

e) I-ihaw ang hita ng manok sa loob ng mga 6-7 minuto bawat gilid, o hanggang sa maluto ito at magkaroon ng mga marka ng grill.

f) Alisin ang manok sa grill at hayaan itong magpahinga ng ilang minuto bago hiwain.

PARA SA QUINOA AT PEACH SALAD:
g) Sa isang hiwalay na mangkok, pagsamahin ang nilutong quinoa, tinadtad na peach, pinunit na sariwang basil, at tinadtad na halves ng pecan.

h) Ibuhos ang 1 kutsarita ng langis ng oliba sa salad at dahan-dahang ihalo upang pagsamahin.

i) Timplahan ng asin at paminta ayon sa panlasa.

j) Ihain ang lemon herb grilled chicken kasama ng quinoa at peach salad.

49. Greek Salad Wrap

MGA INGREDIENTS:
- 2 buong wheat tortillas
- ¼ tasa ng romaine lettuce o pinaghalong gulay
- 1 tasang diced cucumber
- 1 tasang diced na kamatis
- ½ tasang diced pulang sibuyas
- ¼ tasang durog na feta cheese
- ¼ tasa Kalamata olives, pitted at hiniwa
- 2 kutsarang extra-virgin olive oil
- 2 kutsarang red wine vinegar
- 1 kutsarita ng tuyo na oregano
- Asin at paminta para lumasa

MGA TAGUBILIN:
a) Sa isang mangkok, pagsamahin ang mga pipino, kamatis, pulang sibuyas, feta cheese, at Kalamata olives.
b) Sa isang maliit na mangkok, haluin ang langis ng oliba, suka ng red wine, pinatuyong oregano, asin, at paminta.
c) Ibuhos ang dressing sa salad at ihagis upang pagsamahin.
d) Painitin ang buong wheat tortillas sa isang kawali o microwave.
e) Ilagay ang iyong lettuce sa ibabaw ng tortillas.
f) Kutsara ang pinaghalong salad sa mga tortilla, tiklupin ang mga gilid, at igulong ang mga ito na parang balot.
g) Gupitin sa kalahati at ihain.

50. Mediterranean Quinoa Salad

MGA INGREDIENTS:
- 1 tasa ng quinoa
- 2 tasang tubig
- 1 tasa ng cherry tomatoes, hatiin
- 1 pipino, diced
- ½ pulang kampanilya paminta, diced
- ¼ tasa pulang sibuyas, pinong tinadtad
- ¼ tasa sariwang perehil, tinadtad
- ¼ tasa feta cheese, gumuho
- 2 kutsarang extra-virgin olive oil
- 2 kutsarang lemon juice
- 1 kutsarita ng tuyo na oregano
- Asin at paminta para lumasa

MGA TAGUBILIN:

a) Banlawan ang quinoa sa ilalim ng malamig na tubig.

b) Sa isang kasirola, pagsamahin ang quinoa at tubig, pakuluan, pagkatapos ay bawasan hanggang kumulo. Takpan at lutuin ng mga 15 minuto o hanggang masipsip ang tubig.

c) Sa isang malaking mangkok, paghaluin ang nilutong quinoa, cherry tomatoes, cucumber, red bell pepper, pulang sibuyas, at sariwang perehil.

d) Sa isang maliit na mangkok, haluin ang langis ng oliba, lemon juice, pinatuyong oregano, asin, at paminta.

e) Ibuhos ang dressing sa salad at ihagis upang pagsamahin.

f) Itaas na may crumbled feta cheese.

g) Ihain nang malamig at mag-enjoy!

51. Mediterranean Tuna at White Bean Salad

MGA INGREDIENTS:
- 1 lata (6 ounces) tuna sa tubig, pinatuyo
- 1 lata (15 onsa) puting beans, pinatuyo at binanlawan
- ½ tasa ng cherry tomatoes, hinati
- ¼ tasa pulang sibuyas, pinong tinadtad
- 2 tablespoons sariwang basil, tinadtad
- 2 kutsarang extra-virgin olive oil
- 1 kutsarang red wine vinegar
- 1 sibuyas na bawang, tinadtad
- Asin at paminta para lumasa

MGA TAGUBILIN:

a) Sa isang mangkok, pagsamahin ang pinatuyo na tuna, white beans, cherry tomatoes, pulang sibuyas, at sariwang basil.

b) Sa isang maliit na mangkok, haluin ang langis ng oliba, suka ng red wine, tinadtad na bawang, asin, at paminta.

c) Ibuhos ang dressing sa salad at ihagis upang pagsamahin.

d) Ihain itong Mediterranean tuna at white bean salad bilang masarap at puno ng protina na tanghalian.

52. Pusit at Bigas

MGA INGREDIENTS:
- 6 oz. seafood (alinman sa iyong pinili)
- 3 siwang bawang
- 1 medium-sized na sibuyas (hiniwa)
- 3 kutsarang langis ng oliba
- 1 berdeng paminta (hiniwa)
- 1 kutsarang tinta ng pusit
- 1 bungkos ng perehil
- 2 kutsarang paprika
- 550-gramo na pusit (nilinis na)
- 1 kutsarang asin
- 2 kintsay (hiwain)
- 1 sariwang dahon ng bay
- 2 medium-sized na kamatis (gadgad)
- 300 gramo ng bigas ng calasparra
- 125ml puting alak
- 2 tasang stock ng isda
- 1 limon

MGA TAGUBILIN:
a) Sa isang kawali, ibuhos ang langis ng oliba. Pagsamahin ang sibuyas, bay leaf, paminta, at bawang sa isang mixing bowl. Hayaang magprito ng ilang minuto.
b) Ihagis ang pusit at pagkaing-dagat. Lutuin ng ilang minuto, pagkatapos ay tanggalin ang pusit/seafood.
c) Sa isang malaking mangkok ng paghahalo, pagsamahin ang paprika, kamatis, asin, kintsay, alak, at perehil. Maglaan ng 5 minuto para matapos ang mga gulay sa pagluluto.
d) Ihagis ang binanlawan na kanin sa kawali. Pagsamahin ang stock ng isda at squid ink sa isang mixing bowl.
e) Magluto ng kabuuang 10 minuto. Pagsamahin ang seafood at pusit sa isang malaking mixing bowl.
f) Magluto ng 5 minuto pa.
g) Ihain kasama ng aioli o lemon.

HAPUNAN NG GREEK

53. Greek Stuffed Grape Leaves

MGA INGREDIENTS:
- Kalahating tasa ng nilutong bigas
- Isang tasa ng tomato paste
- Dalawang kutsara ng unsalted butter
- Tatlong kutsara ng butil na asukal
- Dalawang tasa ng nilutong baka
- Isang kutsarita ng tinadtad na luya
- Dalawang tasa ng pinaghalong keso
- Tinadtad na sariwang perehil
- Dalawang kutsara ng langis ng oliba
- Isang kalahating kilong dahon ng ubas
- Dalawang tasa ng kamatis
- Isang kurot ng asin
- Isang kurot ng black pepper
- Isang tasa ng tinadtad na pulang sibuyas
- Isang kutsarang tinadtad na bawang

MGA TAGUBILIN:
a) Kumuha ng malaking kawali.
b) Idagdag ang mantikilya at tinadtad na sibuyas sa kawali.
c) Lutuin ang sibuyas hanggang sa maging malambot.
d) Idagdag ang bawang at luya pati na rin ang beef mince, mga kamatis, at tomato paste.
e) Lutuin nang mabuti ang karne ng baka sa loob ng halos sampung minuto.
f) Idagdag ang granulated sugar, lutong kanin, asin at paminta.
g) Paghaluin ang lahat ng mabuti at ulam.
h) Linisin ang mga dahon ng ubas at idagdag ang nilutong timpla dito.
i) Pagulungin ang mga dahon ng ubas.
j) Ilagay ang pinaghalong keso sa ibabaw at ilagay ang mga dahon ng ubas sa isang greased baking tray.
k) I-steam ang mga dahon ng ubas ng humigit-kumulang sampu hanggang labinlimang minuto.
l) Palamutihan ang mga dahon ng ubas ng sariwang tinadtad na dahon ng perehil.

54. Greek Baked Orzo

MGA INGREDIENTS:
- Isang tasa ng hilaw na orzo
- Dalawang tasa ng mga piraso ng manok
- Walong onsa ng bagong hiwa ng spinach
- Isang kutsara ng sariwang dill
- Apat na kutsarita ng langis ng oliba
- Isang kutsarita ng pinatuyong oregano
- Dalawang cloves ng tinadtad na bawang
- Dalawang tasa ng buong gatas
- Limang onsa ng mga kamatis na pinatuyong araw
- Isang tasa ng crumbled feta cheese
- Isang kutsarita ng lemon pepper
- Isang kutsarita ng asin
- Isang kutsarita ng paminta

MGA TAGUBILIN:
a) Kumuha ng malaking mangkok.
b) Idagdag ang paminta, lemon pepper, sariwang dill, pinatuyong oregano, at asin sa mangkok.
c) Haluing mabuti ang lahat ng sangkap.
d) Idagdag ang mga piraso ng manok, orzo, langis ng oliba, at spinach sa mangkok.
e) Haluing mabuti ang mga sangkap at idagdag ang tinadtad na bawang at ang iba pang sangkap.
f) Paghaluin ang lahat ng mga sangkap ng parehong mga mangkok.
g) Ibuhos ang timpla sa isang greased baking dish.
h) Maghurno ng orzo sa loob ng dalawampu't lima hanggang tatlumpung minuto.
i) Ilabas ang orzo kapag tapos na.
j) Handa nang ihain ang ulam.

55. Greek Spanakopita

MGA INGREDIENTS:
PARA SA DOUGH:
- Dalawang tasa ng all-purpose na harina
- Dalawang kutsarita ng pinong asin sa dagat
- Kalahating tasa ng unsalted soft butter
- Dalawang buong itlog
- Isang quarter cup ng ice water

PARA SA PAGPUNO:
- Isang tasa ng feta cheese
- Apat na itlog
- Kalahating kutsarita ng bagong gadgad na nutmeg
- Isang kurot ng asin
- Isang kutsarang langis ng oliba
- Isang quarter cup ng tinadtad na sibuyas
- Isang kutsarita ng tinadtad na bawang
- Isang kutsarang gatas
- Kalahating tasa ng tinadtad na spinach
- Isang kurot ng dinurog na itim na paminta

MGA TAGUBILIN:
a) Kumuha ng malaking mangkok.
b) Idagdag ang harina at asin sa dagat sa mangkok.
c) Haluing mabuti ang mga sangkap at idagdag ang mga itlog, tubig, at pinalambot na mantikilya sa mangkok.
d) Paghaluin ng mabuti ang lahat ng sangkap para makabuo ng masa.
e) Kumuha ng malaking kawali.
f) Idagdag ang langis ng oliba sa kawali.
g) Idagdag ang sibuyas at bawang kapag uminit na ang mantika.
h) Lutuin ang mga sibuyas hanggang sa maging malambot.
i) Paghaluin ang mga itlog at idagdag ang tinadtad na spinach sa kawali.
j) Lutuin ang mga sangkap hanggang malanta ang spinach.
k) Idagdag ang feta cheese, gatas, itim na paminta, asin, at bagong gadgad na nutmeg sa kawali.
l) Lutuin ang mga sangkap ng halos limang minuto.
m) Patayin ang kalan at hayaang lumamig ang timpla.

n) Pagulungin ang kuwarta at ilagay ang kalahati nito sa isang bilog na baking dish.
o) Idagdag ang nilutong timpla sa kuwarta at takpan ang timpla ng natitirang bahagi ng kuwarta.
p) Maghurno ng spanakopita sa loob ng dalawampu't dalawampu't limang minuto.
q) Ilabas ang spanakopita kapag tapos na ito.

56. Greek Cheese Pie (Tiropita)

MGA INGREDIENTS:
- Isang quarter cup ng Greek feta cheese
- Isang tasa ng gruyere cheese
- Isang tasa ng gatas
- Apat na buong itlog
- Isang quarter cup ng Philadelphia cheese
- kalahating tasa ng Melted butter
- Isang pakete ng mga organikong phyllo sheet
- Isang sanga ng sariwang dahon ng thyme
- Dalawang kutsara ng sesame seeds
- Isang kurot ng asin
- Isang kurot ng bagong durog na itim na paminta

MGA TAGUBILIN:
a) Kumuha ng malaking kawali.
b) Idagdag ang mantikilya sa kawali at matunaw ito.
c) Idagdag ang sesame seeds, itlog, asin, at paminta sa kawali.
d) Lutuin nang mabuti ang mga itlog, at pagkatapos ay idagdag ang thyme sa kawali.
e) Lutuin ang ulam sa loob ng dalawa hanggang tatlong minuto at pagkatapos ay ilabas.
f) Idagdag ang gatas, Philadelphia cheese, Greek feta cheese, at gruyere cheese kapag lumamig ang timpla.
g) Haluing mabuti ang lahat.
h) Gupitin ang mga phyllo sheet sa nais na hugis at idagdag ang halo sa itaas sa gitna.
i) Ilagay ang mga pie sa isang greased baking tray.
j) Ilagay ang baking tray sa isang preheated oven.
k) Maghurno ng mga pie sa loob ng mga apatnapu't lima hanggang limampung minuto.
l) Lutuin ang mga pie kapag nakakuha sila ng kulay gintong kayumanggi.
m) Handa nang ihain ang ulam.

57. Greek Slow Cooked Lamb Gyros

MGA INGREDIENTS:
- Apat na flatbread
- Kalahating tasa ng sabaw ng gulay
- Isang quarter cup ng lemon juice
- Isang tasa ng tzatziki sauce
- Kalahating tasa ng hiniwang pulang sibuyas
- Kalahating tasa ng hiniwang kamatis
- Kalahating tasa ng romaine lettuce
- Isang kutsarang tinadtad na bawang
- Isang tasa ng tomato paste
- Dalawang kutsara ng langis ng oliba
- Isang kutsarang pulbos ng bawang
- Isang kutsara ng pinatuyong thyme
- Kalahating kutsarita ng ground cinnamon
- Dalawang kutsara ng chili powder
- Isang quarter na kutsarita ng sariwang nutmeg
- Isang kurot ng asin sa dagat
- Dalawang tasa ng mga piraso ng tupa

MGA TAGUBILIN:
a) Kumuha ng malaking kawali.
b) Idagdag ang langis ng oliba at bawang sa kawali.
c) Idagdag ang oregano, tomato paste, pinausukang paprika, nutmeg, chili powder, thyme, at asin.
d) Idagdag ang sabaw ng gulay, lemon juice, at mga piraso ng tupa sa kawali.
e) Pabagalin ang kalan at lutuin ng halos tatlumpung minuto.
f) Lutuin nang mabuti ang mga sangkap sa loob ng mga labinlimang minuto.
g) Ihurno ang mga flatbread nang mga dalawa hanggang tatlong minuto.
h) Gupitin ang mga flatbread sa pagitan upang bumuo ng istruktura ng pouch.
i) Idagdag ang nilutong timpla sa flatbread at lagyan ng tzatziki sauce, romaine lettuce, hiniwang kamatis, at pulang sibuyas.

58. Greek Lamb Stuffed Courgettes

MGA INGREDIENTS:
- Apat na kutsara ng langis ng oliba
- Isang tasa ng tinadtad na sibuyas
- Isang kutsarita ng kanela
- Apat na tinadtad na bawang
- Isang quarter cup ng mga pasas
- Anim na courgettes
- Dalawang tasa ng lamb mince
- Isang quarter cup ng tinadtad na pasas
- Dalawang kutsara ng pine nuts
- Isang tasang feta cheese
- Tinadtad na dahon ng mint

MGA TAGUBILIN:
a) Kumuha ng kawali.
b) Magdagdag ng mantika sa kawali.
c) Idagdag ang lahat ng sangkap maliban sa mint, feta cheese, at courgettes sa kawali.
d) Lutuing mabuti ang mga sangkap at pagkatapos ay gilingin.
e) Idagdag ang paste sa ibabaw ng courgettes at takpan ito ng feta cheese.
f) Maghurno ng mga courgettes ng mga sampu hanggang labinlimang minuto.
g) Hugasan ang mga courgettes at palamutihan ang mga ito ng tinadtad na dahon ng mint.

59. Greek Lamb Kleftiko

MGA INGREDIENTS:
- Dalawang tasa ng mga piraso ng tupa
- Isang kutsara ng sariwang dill
- Apat na kutsarita ng langis ng oliba
- Isang kutsarita ng pinatuyong oregano
- Dalawang cloves ng tinadtad na bawang
- Dalawang tasa ng buong gatas
- Limang onsa ng mga kamatis na pinatuyong araw
- Isang tasa ng crumbled feta cheese
- Isang kutsarita ng lemon pepper
- Isang kutsarita ng asin
- Isang kutsarita ng paminta

MGA TAGUBILIN:
a) Kumuha ng malaking mangkok.
b) Idagdag ang paminta, lemon pepper, sariwang dill, pinatuyong oregano, at asin sa mangkok.
c) Haluing mabuti ang lahat ng sangkap.
d) Idagdag ang mga piraso ng tupa at langis ng oliba sa mangkok.
e) Haluing mabuti ang mga sangkap at idagdag ang tinadtad na bawang at ang iba pang sangkap.
f) Paghaluin ang lahat ng mga sangkap ng parehong mga mangkok.
g) Idagdag ang timpla sa isang greased baking dish.
h) Ihurno ang tupa kleftiko sa loob ng dalawampu't lima hanggang tatlumpung minuto.
i) Ilabas ang kleftiko kapag tapos na.
j) Handa nang ihain ang ulam.

60. Mga Spiced Lamb Cutlet na may Pinausukang Aubergine

MGA INGREDIENTS:
- Dalawang tasa ng mga piraso ng tupa
- Isang kutsara ng sariwang dill
- Apat na kutsarita ng langis ng oliba
- Isang kutsarita ng pinatuyong oregano
- Dalawang kutsarita ng halo-halong pampalasa
- Dalawang cloves ng tinadtad na bawang
- Dalawang tasa ng aubergine
- Isang tasa ng crumbled feta cheese
- Isang kutsarita ng lemon pepper
- Isang kutsarita ng asin
- Isang kutsarita ng paminta

MGA TAGUBILIN:
a) Kumuha ng malaking mangkok.
b) Idagdag ang paminta, mga piraso ng aubergine, halo-halong pampalasa, lemon pepper, sariwang dill, pinatuyong oregano, at asin sa mangkok.
c) Haluing mabuti ang lahat ng sangkap.
d) Idagdag ang mga piraso ng tupa at langis ng oliba sa mangkok.
e) Haluing mabuti ang mga sangkap at idagdag ang tinadtad na bawang at ang iba pang sangkap.
f) Paghaluin ang lahat ng mga sangkap ng parehong mga mangkok.
g) Idagdag ang timpla sa isang greased baking dish.
h) Ihawin ang tupa at aubergine sa loob ng dalawampu't lima hanggang tatlumpung minuto.
i) Ilabas ang tupa at aubergine kapag tapos na.
j) Handa nang ihain ang ulam.

61. Greek Aborigine at Lamb Pasticcio

MGA INGREDIENTS:
- Isang kutsarang tinadtad na bawang
- Dalawang tablespoons ng sariwang tinadtad dill
- Isang tasa ng feta cheese
- Dalawang tasa ng lamb mince
- Isang kurot ng asin
- Isang kurot ng dinurog na itim na paminta
- Isang tasa ng mga piraso ng aubergine
- Dalawang kutsara ng langis ng oliba
- Tatlong tasa ng baby spinach
- Dalawang tasa ng russet na patatas
- Isang tasa ng tinadtad na sibuyas
- Dalawang tasa ng tomato sauce
- Dalawang tasa ng béchamel sauce

MGA TAGUBILIN:
a) Kumuha ng malaking mangkok.
b) Idagdag ang aubergine, lamb mince, patatas, baby spinach sa isang mangkok.
c) Paghaluin ang langis ng oliba, asin, at durog na itim na paminta sa mangkok.
d) Maghurno ng mga sangkap sa isang oven para sa mga dalawampung minuto.
e) Kumuha ng malaking kawali.
f) Idagdag ang langis ng oliba at sibuyas sa kawali.
g) Lutuin ang mga sibuyas hanggang sa maging malambot.
h) Idagdag ang tinadtad na bawang sa kawali.
i) Lutuing mabuti ang mga sangkap.
j) Idagdag ang feta cheese, asin, at itim na paminta sa kawali.
k) Paghaluin nang mabuti ang lahat ng sangkap at idagdag ang tinadtad na dill sa
l) pan.
m) Idagdag ang inihurnong tupa at mga gulay sa kawali at pagkatapos ay ihalo
n) Maayos Lahat.
o) Idagdag ang tomato sauce at béchamel sauce sa ibabaw ng pinaghalong gulay.
p) Maghurno para sa isa pang sampung minuto.

62.Greek Green Salad na may Marinated Feta

MGA INGREDIENTS:
PARA SA PAGBIBIBIS:
- Kalahating kutsarita ng kosher salt
- Dalawang kutsarita ng sariwang giniling na itim na paminta
- Isang quarter cup ng red wine vinegar
- Kalahating tasa ng langis ng oliba
- Dalawang kutsara ng tinadtad na bawang
- Dalawang kutsarita ng sariwang oregano
- Kalahating kutsarita ng pinatuyong oregano

PARA SA SALAD:
- Isang tasa ng marinated feta cheese
- kalahating kilo ng mga hiwa ng tinapay
- Kalahating kutsarita ng tinadtad na bawang
- Dalawang kutsara ng langis ng oliba
- Kalahating tasa ng Kalamata olives
- Isang tasa ng red-orange bell pepper
- Isang tasa ng English cucumber
- Isang tasa ng cherry tomatoes

MGA TAGUBILIN:
a) Kumuha ng maliit na mangkok.
b) Idagdag ang langis ng oliba at tinadtad na bawang dito.
c) Haluing mabuti at ikalat sa mga hiwa ng tinapay.
d) Ilabas ang mga hiwa ng tinapay kapag tapos na sila.
e) Kumuha ng malaking mangkok.
f) Idagdag ang English cucumber, Kalamata olives, red-orange bell pepper, cherry tomatoes, at marinated feta cheese sa mangkok.
g) Paghaluin ang lahat ng mabuti at itabi.
h) Kumuha ng maliit na mangkok.
i) Idagdag ang olive oil, red wine vinegar, kosher salt, tinadtad na bawang, bagong durog na itim na paminta, sariwang oregano, at pinatuyong oregano.
j) Haluing mabuti ang lahat.
k) Ibuhos ang dressing na ito sa inihandang salad.
l) Paghaluin ang lahat ng mabuti at idagdag ang toasted bread slices sa gilid.

63. Greek Lamb Pitas

MGA INGREDIENTS:
- Dalawang kutsara ng langis ng oliba
- Dalawang hiwa ng tinapay na pita
- Dalawang malalaking itlog
- Isang hinog na kamatis na cherry
- Dalawang tasa ng mga piraso ng tupa
- Isang tasa ng tinadtad na sibuyas
- Kalahating tasa ng tinadtad na basil
- Isang quarter cup ng crumbled feta cheese
- Isang kurot ng asin
- Isang kurot ng black pepper
- Isang bungkos ng tinadtad na cilantro

MGA TAGUBILIN:
a) Kumuha ng malaking kawali.
b) Idagdag ang langis ng oliba sa kawali.
c) Idagdag ang sibuyas at asin sa kawali.
d) Lutuin ng mabuti ang mga sibuyas at pagkatapos ay idagdag ang itim na paminta sa kawali.
e) Idagdag ang mga piraso ng tupa sa pinaghalong.
f) Idagdag ang tinadtad na basil sa pinaghalong.
g) Lutuin nang mabuti ang mga sangkap sa loob ng mga labinlimang minuto.
h) Lutuin kapag tapos na ang mga piraso ng tupa.
i) Hayaang lumamig ang karne at pagkatapos ay idagdag ang durog na feta cheese dito.
j) Haluing mabuti.
k) Painitin ang mga tinapay na pita.
l) Gumupit ng isang butas sa tinapay at idagdag ang nilutong timpla dito.
m) Palamutihan ang tinapay na may tinadtad na cilantro.

64. Mediterranean Baked Salmon

MGA INGREDIENTS:
PARA SA BAKE SALMON:
- 2 salmon fillet (6 ounces bawat isa)
- 2 cloves ng bawang, tinadtad
- 2 kutsarang extra-virgin olive oil
- 1 lemon, tinadtad
- 1 kutsarita ng tuyo na oregano
- Asin at paminta para lumasa

PARA SA GREEK SALAD:
- 1 pipino, diced
- 1 tasa ng cherry tomatoes, hatiin
- ½ pulang sibuyas, pinong tinadtad
- ¼ tasa Kalamata olives, pitted at hiniwa
- ¼ tasang durog na feta cheese
- 2 kutsarang extra-virgin olive oil
- 2 kutsarang red wine vinegar
- 1 kutsarita ng tuyo na oregano
- Asin at paminta para lumasa

MGA TAGUBILIN:
PARA SA BAKE SALMON:
a) Painitin muna ang oven sa 375°F (190°C).
b) Sa isang maliit na mangkok, haluin ang tinadtad na bawang, extra-virgin olive oil, lemon juice, pinatuyong oregano, asin, at paminta.
c) Ilagay ang salmon fillet sa isang baking sheet na nilagyan ng parchment paper.
d) I-brush ang salmon na may pinaghalong lemon at bawang.
e) Maghurno ng 15-20 minuto o hanggang sa madaling matuklap ang salmon gamit ang isang tinidor.

PARA SA GREEK SALAD:
f) Sa isang malaking salad bowl, pagsamahin ang diced cucumber, cherry tomatoes, red onion, Kalamata olives, at crumbled feta cheese.
g) Sa isang maliit na mangkok, haluin ang extra-virgin olive oil, red wine vinegar, dried oregano, asin, at paminta.
h) Ibuhos ang dressing sa salad at ihagis upang pagsamahin.
i) Ihain ang lutong salmon sa tabi ng Greek salad.

65. Mediterranean Quinoa Stuffed Bell Peppers

MGA INGREDIENTS:
- 4 malalaking bell peppers (anumang kulay)
- 1 tasa ng quinoa
- 2 tasang tubig
- 1 lata (15 ounces) chickpeas, pinatuyo at binanlawan
- ½ tasang diced na kamatis
- ¼ tasa tinadtad na sariwang perehil
- ¼ tasang durog na feta cheese
- 2 kutsarang extra-virgin olive oil
- 1 kutsarang lemon juice
- 1 kutsarita ng tuyo na oregano
- Asin at paminta para lumasa
- Mga dahon ng basil, para palamuti

MGA TAGUBILIN:

a) Painitin muna ang oven sa 375°F (190°C).

b) Gupitin ang mga tuktok ng kampanilya at alisin ang mga buto at lamad.

c) Sa isang kasirola, pagsamahin ang quinoa at tubig, pakuluan, pagkatapos ay bawasan hanggang kumulo. Takpan at lutuin ng mga 15 minuto o hanggang masipsip ang tubig.

d) Sa isang mangkok, paghaluin ang nilutong quinoa, chickpeas, diced tomatoes, tinadtad na sariwang perehil, at crumbled feta cheese.

e) Idagdag ang extra-virgin olive oil, lemon juice, pinatuyong oregano, asin, at paminta sa pinaghalong quinoa. Haluing mabuti.

f) Lagyan ng quinoa at chickpea mixture ang bell peppers.

g) Ilagay ang mga pinalamanan na sili sa isang baking dish, takpan ng aluminum foil, at maghurno ng mga 30 minuto.

h) Alisin ang foil at maghurno ng karagdagang 10 minuto o hanggang ang mga sili ay malambot at ang mga tuktok ay bahagyang kayumanggi.

i) Ihain, pinalamutian ng dahon ng basil.

66.Mediterranean Lentil at nilagang gulay

MGA INGREDIENTS:
- 1 tasa berde o kayumanggi lentil, banlawan at pinatuyo
- 4 tasang sabaw ng gulay
- 2 karot, diced
- 2 tangkay ng kintsay, diced
- 1 sibuyas, pinong tinadtad
- 2 cloves ng bawang, tinadtad
- 1 lata (15 onsa) na diced na kamatis
- 1 kutsarita ng tuyo na oregano
- 1 kutsarita ng tuyo na thyme
- Asin at paminta para lumasa
- 2 kutsarang extra-virgin olive oil
- Sariwang perehil para sa dekorasyon1 tasa ng baby spinach

MGA TAGUBILIN:

a) Sa isang malaking kaldero, init ang extra-virgin olive oil sa katamtamang init.

b) Idagdag ang tinadtad na sibuyas, karot, at kintsay. Igisa ng mga 5 minuto hanggang sa magsimula silang lumambot.

c) Haluin ang tinadtad na bawang, pinatuyong oregano, at pinatuyong thyme. Magluto ng isa pang minuto.

d) Idagdag ang lentil, sabaw ng gulay, at diced na kamatis. Pakuluan.

e) Bawasan ang apoy, takpan, at kumulo ng mga 25-30 minuto, o hanggang malambot ang lentil.

f) Bago ihain, haluin ang spinach hanggang malanta.

g) Timplahan ng asin at paminta ayon sa panlasa.

h) Ihain ang Mediterranean lentil at nilagang gulay na mainit, pinalamutian ng sariwang perehil.

67. Inihaw na Gulay at Halloumi Skewer

MGA INGREDIENTS:
PARA SA MGA SKEWERS:
- 1 pulang kampanilya paminta, gupitin sa mga piraso
- 1 dilaw na kampanilya paminta, gupitin sa mga piraso
- 1 zucchini, hiniwa sa mga bilog
- 1 pulang sibuyas, gupitin sa mga piraso
- 8 cherry tomatoes
- 8 tuhog na gawa sa kahoy, ibinabad sa tubig
- 8 ounces ng halloumi cheese, gupitin sa mga cube

PARA SA MARINADE:
- 2 kutsarang extra-virgin olive oil
- 2 kutsarang lemon juice
- 1 kutsarita ng tuyo na oregano
- Asin at paminta para lumasa

MGA TAGUBILIN:
a) Painitin muna ang grill sa medium-high heat.
b) Salit-salit na i-thread ang bell pepper, zucchini, red onion, cherry tomatoes, at halloumi cheese sa mga babad na kahoy na skewer.
c) Sa isang maliit na mangkok, haluin ang extra-virgin olive oil, lemon juice, dried oregano, asin, at paminta para gawin ang marinade.
d) I-brush ang mga skewer gamit ang marinade.
e) I-ihaw ang mga skewer nang humigit-kumulang 3-4 minuto bawat gilid, o hanggang sa malambot ang mga gulay at ang halloumi cheese ay bahagyang kayumanggi.

68. Mediterranean Shrimp at Spinach Saute

MGA INGREDIENTS:
- 8 ounces malaking hipon, binalatan at hiniwa
- 2 kutsarang extra-virgin olive oil
- 2 cloves ng bawang, tinadtad
- 6 tasang sariwang spinach
- ½ tasa ng cherry tomatoes, hatiin
- 1 kutsarang lemon juice
- ½ kutsarita ng pinatuyong oregano
- Asin at paminta para lumasa
- Ang 1 hanggang 2 zucchini ay hinati sa haba, hiniwa sa kalahating buwan
- 1 tasa ng nilutong chickpeas mula sa mga de-latang chickpeas, pinatuyo
- Ang feta cheese crumbles (opsyonal)
- Isang dakot ng sariwang dahon ng basil, napunit

MGA TAGUBILIN:

a) Sa isang malaking kawali, init ang extra-virgin olive oil sa medium-high heat.

b) Idagdag ang tinadtad na bawang at igisa ng mga 30 segundo hanggang mabango.

c) Idagdag ang mga hiwa ng zucchini at lutuin ng 3-4 minuto, o hanggang sa lumambot at bahagyang kayumanggi.

d) Itulak ang zucchini sa gilid ng kawali at idagdag ang hipon.

e) Magluto ng 2-3 minuto sa bawat panig o hanggang sa maging kulay-rosas at malabo.

f) Idagdag ang mga chickpeas, cherry tomatoes, at sariwang spinach sa kawali. Igisa hanggang matuyo ang kangkong at lumambot ang kamatis.

g) Budburan ng lemon juice at budburan ng pinatuyong oregano, asin, at paminta.

h) Ihagis upang pagsamahin at lutuin ng karagdagang minuto.

i) Kung ninanais, budburan ng feta cheese crumbles at pinunit na sariwang dahon ng basil bago ihain.

GREEK VEGETARIAN

69. Greek Jackfruit Gyros

MGA INGREDIENTS:
- Apat na flatbread
- Kalahating tasa ng sabaw ng gulay
- Isang quarter cup ng lemon juice
- Isang tasa ng tzatziki sauce
- Kalahating tasa ng hiniwang pulang sibuyas
- Kalahating tasa ng hiniwang kamatis
- Kalahating tasa ng romaine lettuce
- Isang kutsarang tinadtad na bawang
- Isang tasa ng tomato paste
- Dalawang kutsara ng langis ng oliba
- Isang kutsarang pulbos ng bawang
- Isang kutsara ng pinatuyong thyme
- Kalahating kutsarita ng ground cinnamon
- Dalawang kutsara ng chili powder
- Isang quarter na kutsarita ng sariwang nutmeg
- Isang kurot ng asin sa dagat
- Dalawang tasang piraso ng langka

MGA TAGUBILIN:
a) Kumuha ng malaking kawali.
b) Idagdag ang langis ng oliba at bawang sa kawali.
c) Idagdag ang oregano, tomato paste, pinausukang paprika, nutmeg, chili powder, thyme, at asin.
d) Idagdag ang sabaw ng gulay, lemon juice, at mga piraso ng langka sa kawali.
e) Lutuin nang mabuti ang mga sangkap sa loob ng halos limang minuto.
f) Ihurno ang mga flatbread nang mga dalawa hanggang tatlong minuto.
g) Gupitin ang mga flatbread sa pagitan upang bumuo ng istraktura ng pouch.
h) Idagdag ang nilutong timpla sa flatbread at lagyan ng tzatziki sauce, romaine lettuce, hiniwang kamatis, at pulang sibuyas.

70. Greek Vegan Skordalia

MGA INGREDIENTS:
- Isang quarter cup almond meal
- Kalahating tasa ng langis ng oliba
- Isang russet potato
- Dalawang kutsarang lemon juice
- Dalawang kutsarita ng red wine vinegar
- Sampung cloves ng tinadtad na bawang
- Kalahating kutsarita ng asin

MGA TAGUBILIN:
a) Kumuha ng kasirola.
b) Pakuluan ang patatas sa kasirola.
c) Alisan ng tubig ang patatas kapag tapos na.
d) Mash ang patatas.
e) Idagdag ang bawang, lemon juice, almond meal, asin, red wine vinegar, at olive oil sa mashed patatas.
f) Haluing mabuti ang lahat.

71. Greek Orzo Pasta Salad na may Vegan Feta

MGA INGREDIENTS:
- Isang tinadtad na pulang sibuyas
- Walong ounces ng orzo pasta
- Kalahating tasa ng Kalamata olives
- Dalawang tasa ng cherry tomatoes
- Kalahating tasa ng tinadtad na perehil
- Dalawang tasa ng vegan cheese
- Isang tinadtad na pipino
- Isang tasa ng lemon dressing

MGA TAGUBILIN:
a) Kumuha ng isang kasirola at ilagay ang tubig sa loob nito.
b) Pakuluan ang tubig at idagdag ang orzo pasta dito.
c) Patuyuin ang orzo pasta kapag tapos na.
d) Idagdag ang natitirang sangkap sa pasta.
e) Haluing mabuti ang lahat.

72. Greek Chickpea Gyros

MGA INGREDIENTS:
- Apat na flatbread
- Kalahating tasa ng sabaw ng gulay
- Isang quarter cup ng lemon juice
- Isang tasa ng tzatziki sauce
- Kalahating tasa ng hiniwang pulang sibuyas
- Kalahating tasa ng hiniwang kamatis
- Kalahating tasa ng romaine lettuce
- Isang kutsarang tinadtad na bawang
- Isang tasa ng tomato paste
- Dalawang kutsara ng langis ng oliba
- Isang kutsarang pulbos ng bawang
- Isang kutsara ng pinatuyong thyme
- Kalahating kutsarita ng ground cinnamon
- Dalawang kutsara ng chili powder
- Isang quarter na kutsarita ng sariwang nutmeg
- Isang kurot ng asin sa dagat
- Dalawang tasa ng mga piraso ng chickpea

MGA TAGUBILIN:
a) Kumuha ng malaking kawali.
b) Idagdag ang langis ng oliba at bawang sa kawali.
c) Idagdag ang oregano, tomato paste, pinausukang paprika, nutmeg, chili powder, thyme, at asin.
d) Idagdag ang sabaw ng gulay, lemon juice, at mga piraso ng chickpea sa kawali.
e) Lutuin nang mabuti ang mga sangkap sa loob ng mga dalawampung minuto.
f) Ihurno ang mga flatbread nang mga dalawa hanggang tatlong minuto.
g) Gupitin ang mga flatbread sa pagitan upang bumuo ng istraktura ng pouch.
h) Idagdag ang nilutong timpla sa flatbread at lagyan ng tzatziki sauce, romaine lettuce, hiniwang kamatis, at pulang sibuyas.

73. Greek Vegetarian Moussaka

MGA INGREDIENTS:
- Isang kutsarang tinadtad na bawang
- Dalawang tablespoons ng sariwang tinadtad dill
- Isang tasa ng feta cheese
- Dalawang tasa ng mga piraso ng zucchini
- Isang kurot ng asin
- Isang kurot ng dinurog na itim na paminta
- Isang tasang piraso ng talong
- Dalawang kutsara ng langis ng oliba
- Tatlong tasa ng baby spinach
- Dalawang tasa ng russet na patatas
- Isang tasa ng tinadtad na sibuyas
- Dalawang tasa ng tomato sauce
- Dalawang tasa ng sarsa ng béchamel

MGA TAGUBILIN:
a) Kumuha ng malaking mangkok.
b) Idagdag ang talong, mga piraso ng zucchini, patatas, baby spinach sa isang mangkok.
c) Paghaluin ang langis ng oliba, asin, at durog na itim na paminta sa mangkok.
d) Maghurno ng mga sangkap sa isang oven para sa mga dalawampung minuto.
e) Kumuha ng malaking kawali.
f) Idagdag ang langis ng oliba at sibuyas sa kawali.
g) Lutuin ang mga sibuyas hanggang sa maging malambot.
h) Idagdag ang tinadtad na bawang sa kawali.
i) Lutuing mabuti ang mga sangkap.
j) Idagdag ang feta cheese, asin, at itim na paminta sa kawali.
k) Paghaluin nang mabuti ang lahat ng sangkap at idagdag ang tinadtad na dill sa
l) pan.
m) Idagdag ang mga inihurnong gulay sa kawali at pagkatapos ay ihalo ang lahat
n) mabuti.
o) Idagdag ang tomato sauce at béchamel sauce sa ibabaw ng pinaghalong gulay.
p) Maghurno para sa isa pang sampung minuto.

74. Greek Baked Zucchini at Patatas

MGA INGREDIENTS:
- Kalahating tasa ng tinadtad na perehil
- Dalawang kutsarang dahon ng oregano
- Isang kutsarang dahon ng rosemary
- Dalawang kutsarang dahon ng perehil
- Kalahating tasa ng tinadtad na sibuyas
- Dalawang kutsara ng langis ng oliba
- Kalahating tasa ng dahon ng basil
- Isang tasa ng pulang kampanilya paminta
- Isang kutsarang durog na pulang paminta
- Kalahating kutsarita ng dahon ng haras
- Isang kurot ng kosher salt
- Isang kurot ng black pepper
- Isang tasang piraso ng talong
- Isang tasa ng mga piraso ng zucchini
- Isang tasa ng tinadtad na chives
- Isang tasa ng cherry tomatoes
- Kalahating tasa ng malasang mga sanga ng tag-init
- Dalawang kutsara ng tinadtad na bawang
- Dalawang tablespoons ng tuyo thyme

MGA TAGUBILIN:
a) Kumuha ng malaking kawali.
b) Idagdag ang langis ng oliba at tinadtad na mga sibuyas dito.
c) Lutuin ang mga sibuyas hanggang sa maging matingkad na kayumanggi ang kulay.
d) Idagdag ang tinadtad na bawang sa kawali.
e) Lutuin ang pinaghalong para sa limang minuto.
f) Timplahan ng asin at paminta ang timpla.
g) Idagdag ang mga pampalasa at lahat ng mga gulay.
h) Sa isang mangkok, durugin ang cherry tomatoes at idagdag ang asin.
i) Ilagay ang pinaghalong sa isang plato kapag tapos na ang mga gulay.
j) Ilagay ang dinurog na kamatis sa kawali.
k) Lutuin ang mga kamatis sa loob ng sampung minuto o hanggang lumambot.
l) Idagdag muli ang pinaghalong gulay sa kawali.
m) Idagdag ang natitirang sangkap sa kawali at i-bake ito ng mga labinlimang minuto.

75. Greek Vegetarian Rice

MGA INGREDIENTS:
- Tatlong tasa ng tinadtad na pinaghalong gulay
- Dalawang kutsarita ng lemon juice
- Kalahating tasa ng tinadtad na sibuyas
- Dalawang kutsara ng tinadtad na bawang
- Dalawang kutsara ng langis ng oliba
- Isang kurot ng asin
- Isang kurot ng black pepper
- Isang quarter cup ng pinatuyong mint
- Dalawang tablespoons ng tinadtad na sariwang dill
- Dalawang libra ng butil ng bigas
- Dalawang tasa ng tomato paste
- Dalawang baso ng tubig

MGA TAGUBILIN:
a) Kumuha ng isang malaking kasirola.
b) Ilagay ang tubig sa kawali at timplahan ng asin.
c) Pakuluan ang tubig at pagkatapos ay ilagay ang kanin sa tubig.
d) Pakuluan ang kanin at pagkatapos ay alisan ng tubig.
e) Kumuha ng malaking kawali.
f) Idagdag ang langis ng oliba at init ito ng mabuti.
g) Ilagay ang tinadtad na sibuyas sa kawali at lutuin ito hanggang sa maging malambot at mabango.
h) Ilagay ang tinadtad na bawang sa kawali.
i) Idagdag ang mga gulay, tomato paste, lemon juice, asin, at durog na itim na paminta sa kawali.
j) Lutuin ang mga sangkap sa loob ng halos sampung minuto.
k) Ilagay ang pinakuluang kanin sa kawali at haluing mabuti.
l) Idagdag ang pinatuyong mint at tinadtad na dill sa kawali.
m) Maglagay ng takip sa ibabaw ng kawali.
n) Lutuin ang bigas ng halos limang minuto sa mahinang apoy.

76. Greek Gigantes Plaki

MGA INGREDIENTS:
- Apat na kutsara ng pinong tinadtad na kintsay
- Kalahating baso ng mainit na tubig
- Dalawang tasa ng pinong tinadtad na kamatis
- Isang kutsarita ng tuyong dahon ng oregano
- Isang kurot ng bagong durog na itim na paminta
- Isang kurot ng kosher salt
- Kalahating tasa ng langis ng oliba
- Dalawang kutsara ng tinadtad na bawang
- Dalawang tasa ng gigantes plaki
- Kalahating tasa ng tinadtad na sibuyas
- Apat na kutsara ng pinong tinadtad na perehil

MGA TAGUBILIN:
a) Kumuha ng kawali.
b) Idagdag ang langis ng oliba at mga sibuyas.
c) Lutuin ang mga sibuyas hanggang sa maging malambot at mabango.
d) Ilagay ang tinadtad na bawang sa kawali.
e) Lutuin ang timpla at idagdag ang mga kamatis dito.
f) Takpan ang pinggan na may takip.
g) Lutuin ang mga kamatis hanggang sa lumambot.
h) Idagdag ang beans sa kawali.
i) Magluto ng limang minuto.
j) Idagdag ang tubig, asin, at itim na paminta sa kawali.
k) Maingat na paghaluin ang mga sangkap at takpan ang kawali.
l) Kapag luto na ang beans, ulamin ang mga ito.
m) Palamutihan ang ulam ng tinadtad na kintsay at dahon ng perehil sa itaas.

77.Greek Tomato Fritters

MGA INGREDIENTS:
- Isang tasa ng tinadtad na kamatis
- Isang tasa ng pulang sibuyas
- Isang tasa ng gramo na harina
- Isang kurot ng asin
- Dalawang kutsara ng pinaghalong pampalasa
- Kalahating tasa ng tinadtad na dill
- Kalahating tasa ng tinadtad na cilantro
- Mantika

MGA TAGUBILIN:
a) Kumuha ng malaking mangkok.
b) Idagdag ang lahat sa mangkok at ihalo nang mabuti.
c) Magdagdag ng tubig sa mangkok upang bumuo ng isang timpla.
d) Init ang isang kawali at magdagdag ng langis ng gulay dito.
e) Magdagdag ng isang kutsarang puno ng batter sa kawali at lutuin ang mga ito ng ilang minuto.
f) Lutuin ito kapag ang mga fritter ay naging matingkad na kayumanggi ang kulay.

78. Greek Chickpea Fritters

MGA INGREDIENTS:
- Isang tasa ng pinakuluang chickpeas
- Isang tasa ng pulang sibuyas
- Isang tasa ng gramo na harina
- Isang kurot ng asin
- Dalawang kutsara ng pinaghalong pampalasa
- Kalahating tasa ng tinadtad na dill
- Kalahating tasa ng tinadtad na cilantro
- Mantika

MGA TAGUBILIN:
a) Kumuha ng malaking mangkok.
b) Idagdag ang lahat sa mangkok at ihalo nang mabuti.
c) Magdagdag ng tubig sa mangkok upang bumuo ng isang timpla.
d) Init ang isang kawali at magdagdag ng langis ng gulay dito.
e) Magdagdag ng isang kutsarang puno ng batter sa kawali at lutuin ang mga ito ng ilang minuto.
f) Lutuin ito kapag ang mga fritter ay naging matingkad na kayumanggi ang kulay.

79. Greek White Bean Stew

MGA INGREDIENTS:
- Isang tasa ng tinadtad na sibuyas
- Isang tasa ng tinadtad na perehil
- Isang tasa ng stock ng gulay
- Isang basong tubig
- Isang kurot ng asin
- Isang kurot ng black pepper
- Dalawang kutsara ng langis ng oliba
- Isang libra ng white beans
- Kalahating kutsara ng tinadtad na bawang
- Dalawang tasa ng tinadtad na kamatis
- Kalahating tasa ng tinadtad na sariwang thyme
- Kalahating tasa ng tinadtad na sariwang oregano
- Kalahating tasa ng tinadtad na sariwang chives
- Isang kutsarita ng halo-halong spice powder
- Kalahating kutsarita ng pinausukang paprika
- Isang bay leaf

MGA TAGUBILIN:
a) Kumuha ng malaking kawali.
b) Idagdag ang tinadtad na mga sibuyas at langis ng oliba dito.
c) Haluing mabuti ang mga sangkap.
d) Ilagay ang tinadtad na bawang sa kawali.
e) Idagdag ang mga kamatis, oregano, bay leaf, asin, itim na paminta, thyme, pinausukang paprika, ihalo ang spice powder, at chives sa kawali.
f) Lutuing mabuti ang mga sangkap.
g) Idagdag ang puting beans sa pinaghalong.
h) Idagdag ang stock ng gulay at tubig sa kawali.
i) Haluing mabuti ang nilagang.
j) Maglagay ng takip sa ibabaw ng kawali.
k) Lutuin ang nilagang sampu hanggang labinlimang minuto.
l) Lutuin ang nilagang kapag tapos na ang beans.
m) Palamutihan ang ulam na may tinadtad na perehil sa itaas.

80. Greek Vegetarian Bamie s

MGA INGREDIENTS:
- Isang tasa ng tinadtad na sibuyas
- Isang tasa ng tinadtad na perehil
- Isang tasa ng stock ng gulay
- Isang basong tubig
- Isang kurot ng asin
- Isang kurot ng black pepper
- Dalawang kutsara ng langis ng oliba
- Isang kilong okra
- Kalahating kutsara ng tinadtad na bawang
- Dalawang tasa ng tinadtad na kamatis
- Kalahating tasa ng tinadtad na sariwang thyme
- Kalahating tasa ng tinadtad na sariwang oregano
- Kalahating tasa ng tinadtad na sariwang chives
- Isang kutsarita ng halo-halong spice powder
- Kalahating kutsarita ng pinausukang paprika
- Isang bay leaf

MGA TAGUBILIN:
a) Kumuha ng malaking kawali.
b) Idagdag ang tinadtad na mga sibuyas at langis ng oliba dito.
c) Haluing mabuti ang mga sangkap.
d) Ilagay ang tinadtad na bawang sa kawali.
e) Idagdag ang mga kamatis, oregano, bay leaf, asin, itim na paminta, thyme, pinausukang paprika, ihalo ang spice powder, at chives sa kawali.
f) Lutuing mabuti ang mga sangkap.
g) Idagdag ang mga piraso ng okra sa timpla.
h) Idagdag ang stock ng gulay at tubig sa kawali.
i) Haluing mabuti ang nilagang.
j) Maglagay ng takip sa ibabaw ng kawali.
k) Lutuin ang nilagang sampu hanggang labinlimang minuto.
l) Lutuin ang nilagang kapag tapos na ang mga gulay.
m) Palamutihan ang ulam na may tinadtad na perehil sa itaas.

81. Greek Grilled Vegetable Bowls

MGA INGREDIENTS:
- Isang tinadtad na pulang sibuyas
- Isang tasang piraso ng talong
- Isang tasa ng mga piraso ng zucchini
- Dalawang tasa ng cherry tomatoes
- Kalahating tasa ng tinadtad na perehil
- Dalawang tasa ng feta cheese
- Isang tasa ng bell peppers
- Isang tasa ng mushroom
- Isang tasa ng lemon dressing

MGA TAGUBILIN:
a) Kumuha ng isang grill pan at idagdag ang langis ng oliba sa loob nito.
b) Mag-ihaw ng mga gulay dito.
c) Alisin ang gulay kapag tapos na.
d) Idagdag ang natitirang sangkap sa mga gulay.
e) Haluing mabuti ang lahat.

82.Mga Bola ng Gulay na may Tahini Lemon Sauce

MGA INGREDIENTS:
- Isang tinadtad na pulang sibuyas
- Dalawang tinadtad na sibuyas ng bawang
- Isang kurot ng asin
- Isang kurot ng black pepper
- Kalahating tasa ng dahon ng mint
- Dalawang tasa ng gadgad na pinaghalong gulay
- Kalahating kutsarita ng oregano
- Isang itlog
- Dalawang kutsara ng langis ng oliba
- Isang tasa ng tahini lemon sauce

MGA TAGUBILIN:
a) Kumuha ng malaking mangkok.
b) Idagdag ang gadgad na pinaghalong gulay, pampalasa, mint, sibuyas, bawang, at itlog sa mangkok.
c) Paghaluin nang mabuti ang lahat ng mga sangkap at bumuo ng mga istruktura ng bilog na bola.
d) Iprito ang mga bola ng gulay sa langis ng oliba hanggang sa maging ginintuang kayumanggi.
e) Ilabas ang mga bola.
f) Ihain ang mga bola na may tahini lemon sauce sa gilid.

83. Greek Roasted Gulay

MGA INGREDIENTS:
- Kalahating tasa ng tinadtad na perehil
- Dalawang kutsarang dahon ng oregano
- Isang kutsarang dahon ng rosemary
- Dalawang kutsarang dahon ng perehil
- Kalahating tasa ng tinadtad na sibuyas
- Dalawang kutsara ng langis ng oliba
- Kalahating tasa ng dahon ng basil
- Isang kutsarang durog na pulang paminta
- Kalahating kutsarita ng dahon ng haras
- Isang kurot ng kosher salt
- Isang kurot ng black pepper
- Tatlong tasa ng pinaghalong piraso ng gulay
- Isang tasa ng tinadtad na chives
- Isang tasa ng cherry tomatoes
- Kalahating tasa ng malasang mga sanga ng tag-init
- Dalawang kutsara ng tinadtad na bawang
- Dalawang tablespoons ng tuyo thyme

MGA TAGUBILIN:
a) Kumuha ng malaking kawali.
b) Idagdag ang langis ng oliba at tinadtad na mga sibuyas dito.
c) Lutuin ang mga sibuyas hanggang sa maging matingkad na kayumanggi ang kulay.
d) Idagdag ang tinadtad na bawang sa kawali.
e) Lutuin ang pinaghalong para sa limang minuto.
f) Timplahan ng asin at paminta ang timpla.
g) Idagdag ang mga pampalasa at lahat ng mga gulay.
h) Sa isang mangkok, durugin ang cherry tomatoes at idagdag ang asin.
i) Ilagay ang pinaghalong sa isang plato kapag tapos na ang mga gulay.
j) Ilagay ang dinurog na kamatis sa kawali.
k) Lutuin ang mga kamatis sa loob ng sampung minuto o hanggang lumambot.
l) Idagdag muli ang pinaghalong gulay sa kawali.
m) Idagdag ang natitirang sangkap sa kawali at i-bake ito ng mga labinlimang minuto.

84. Griyego Isang ube igine at Tomato Stew

MGA INGREDIENTS:
- Isang tasa ng tinadtad na sibuyas
- Isang tasa ng tinadtad na perehil
- Isang tasa ng stock ng gulay
- Isang basong tubig
- Isang kurot ng asin
- Isang kurot ng black pepper
- Dalawang kutsara ng langis ng oliba
- Isang libra ng aborigine
- Kalahating kutsara ng tinadtad na bawang
- Dalawang tasa ng tinadtad na kamatis
- Kalahating tasa ng tinadtad na sariwang thyme
- Kalahating tasa ng tinadtad na sariwang oregano
- Kalahating tasa ng tinadtad na sariwang chives
- Isang kutsarita ng halo-halong spice powder
- Kalahating kutsarita ng pinausukang paprika
- Isang bay leaf

MGA TAGUBILIN:
a) Kumuha ng malaking kawali.
b) Idagdag ang tinadtad na mga sibuyas at langis ng oliba dito.
c) Haluing mabuti ang mga sangkap.
d) Ilagay ang tinadtad na bawang sa kawali.
e) Idagdag ang mga kamatis, oregano, bay leaf, asin, itim na paminta, thyme, pinausukang paprika, ihalo ang spice powder, at chives sa kawali.
f) Lutuing mabuti ang mga sangkap.
g) Idagdag ang aborigine sa pinaghalong.
h) Idagdag ang stock ng gulay at tubig sa kawali.
i) Haluing mabuti ang nilagang.
j) Maglagay ng takip sa ibabaw ng kawali.
k) Lutuin ang nilagang sampu hanggang labinlimang minuto.
l) Lutuin ang nilagang kapag tapos na ang mga gulay.
m) Palamutihan ang ulam na may tinadtad na perehil sa itaas.

85.Greek Avocado Tartine

MGA INGREDIENTS:
- Kalahating tasa ng lemon juice
- Apat na hiwa ng Tartine bread
- Kalahating tasa ng cherry tomatoes
- Kalahating tasa ng extra-virgin olive oil
- Kalahating tasa ng crumbled cheese
- Dinurog na pulang sili
- Isang quarter cup ng dill
- Dalawang tasa ng tinadtad na abukado
- Isang kurot ng asin
- Isang kurot ng black pepper

MGA TAGUBILIN:
a) Kumuha ng malaking mangkok.
b) Idagdag ang lahat ng sangkap maliban sa mga hiwa ng tinapay.
c) Paghaluin ang lahat ng sangkap.
d) I-toast ang tartine bread slices
e) Ikalat ang timpla sa ibabaw ng mga hiwa ng tinapay.

86.Greek Spinach Rice

MGA INGREDIENTS:
- Tatlong tasa ng tinadtad na spinach
- Dalawang kutsarita ng lemon juice
- Kalahating tasa ng tinadtad na sibuyas
- Dalawang kutsara ng tinadtad na bawang
- Dalawang kutsara ng langis ng oliba
- Isang kurot ng asin
- Isang kurot ng black pepper
- Isang quarter cup ng pinatuyong mint
- Dalawang tablespoons ng tinadtad na sariwang dill
- Dalawang libra ng butil ng bigas
- Dalawang tasa ng tomato paste
- Dalawang baso ng tubig

MGA TAGUBILIN:
a) Kumuha ng isang malaking kasirola.
b) Ilagay ang tubig sa kawali at timplahan ng asin.
c) Pakuluan ang tubig at pagkatapos ay ilagay ang kanin sa tubig.
d) Pakuluan ang kanin at pagkatapos ay alisan ng tubig.
e) Kumuha ng malaking kawali.
f) Idagdag ang langis ng oliba at init ito ng mabuti.
g) Ilagay ang tinadtad na sibuyas sa kawali at lutuin ito hanggang sa maging malambot at mabango.
h) Ilagay ang tinadtad na bawang sa kawali.
i) Idagdag ang spinach, tomato paste, lemon juice, asin, at durog na itim na paminta sa kawali.
j) Lutuin ang mga sangkap ng halos sampung minuto.
k) Ilagay ang pinakuluang kanin sa kawali at haluing mabuti.
l) Idagdag ang pinatuyong mint at tinadtad na dill sa kawali.
m) Maglagay ng takip sa ibabaw ng kawali.
n) Lutuin ang bigas ng halos limang minuto sa mahinang apoy.

87. Greek Avgolemono Soup

MGA INGREDIENTS:
- Kalahating tasa ng tinadtad na sariwang thyme
- Kalahating tasa ng tinadtad na sariwang oregano
- Kalahating tasa ng tinadtad na sariwang chives
- Isang kutsarita ng halo-halong spice powder
- Kalahating kutsarita ng pinausukang paprika
- Isang bay leaf
- Isang kurot ng asin
- Isang kurot ng black pepper
- Dalawang kutsara ng langis ng oliba
- Isang kilong piraso ng manok
- Kalahating kutsara ng tinadtad na bawang
- Dalawang tasa ng tinadtad na kamatis
- Isang tasa ng tinadtad na sibuyas
- Isang tasa ng tinadtad na perehil
- Isang tasa ng stock ng gulay
- Isang basong tubig
- Kalahating tasa ng lemon juice

MGA TAGUBILIN:
a) Kumuha ng malaking kawali.
b) Idagdag ang tinadtad na mga sibuyas at langis ng oliba dito.
c) Haluing mabuti ang mga sangkap.
d) Ilagay ang tinadtad na bawang sa kawali.
e) Idagdag ang mga kamatis, oregano, bay leaf, asin, itim na paminta, thyme, pinausukang paprika, ihalo ang spice powder, at chives sa kawali.
f) Lutuing mabuti ang mga sangkap.
g) Idagdag ang mga piraso ng manok at lemon juice sa timpla.
h) Idagdag ang stock ng gulay at tubig sa kawali.
i) Haluing mabuti ang sabaw.
j) Maglagay ng takip sa ibabaw ng kawali.
k) Lutuin ang sopas sa loob ng sampu hanggang labinlimang minuto.
l) Ilabas ang sabaw kapag tapos na ang mga piraso ng manok.
m) Palamutihan ang ulam na may tinadtad na perehil sa itaas.

88. Griyego na Gulay Pitas

MGA INGREDIENTS:
- Dalawang kutsara ng langis ng oliba
- Dalawang piraso ng tinapay na pita
- Dalawang malalaking itlog
- Isang hinog na kamatis na cherry
- Dalawang tasa ng pinaghalong gulay
- Isang tasa ng tinadtad na sibuyas
- Kalahating tasa ng tinadtad na basil
- Isang quarter cup ng crumbled feta cheese
- Isang kurot ng asin
- Isang kurot ng black pepper
- Isang bungkos ng tinadtad na cilantro

MGA TAGUBILIN:
a) Kumuha ng malaking kawali.
b) Idagdag ang langis ng oliba sa kawali.
c) Idagdag ang sibuyas at asin sa kawali.
d) Lutuin ng mabuti ang mga sibuyas at pagkatapos ay idagdag ang itim na paminta sa kawali.
e) Idagdag ang pinaghalong gulay sa pinaghalong.
f) Idagdag ang tinadtad na basil sa pinaghalong.
g) Lutuin nang mabuti ang mga sangkap sa loob ng mga labinlimang minuto.
h) Lutuin kapag tapos na ang mga gulay.
i) Hayaang lumamig ang karne, at pagkatapos ay idagdag ang durog na feta cheese dito.
j) Haluing mabuti.
k) Init ang tinapay na pita.
l) Gumupit ng isang butas sa tinapay at idagdag ang nilutong timpla dito.
m) Palamutihan ang tinapay na may tinadtad na cilantro.

GREEK DESSERT

89. Greek Butter Cookies

MGA INGREDIENTS:
- Kalahating kutsarita ng nutmeg
- Isang kutsarita ng vanilla extract
- Tatlo at kalahating tasa ng harina
- Kalahating tasa ng asukal
- Isang tasa ng salted butter
- Isang kutsara ng lebadura
- Dalawang malalaking itlog
- Kalahating kutsarita ng kosher salt

MGA TAGUBILIN:
a) Kumuha ng malaking mangkok.
b) Idagdag ang mga tuyong sangkap sa isang mangkok.
c) Haluing mabuti ang lahat ng sangkap.
d) Idagdag ang puting asukal at lebadura sa isang mangkok na may dalawang kutsarang mainit na tubig.
e) Ilagay ang yeast mixture sa isang mamasa-masa na lugar.
f) Idagdag ang mantikilya sa mga basang sangkap.
g) Idagdag ang yeast mixture at itlog sa cookie mixture.
h) Ilagay ang nabuong timpla sa isang piping bag.
i) Gumawa ng maliit na bilog na cookies sa isang baking dish at maghurno ng cookies.
j) Ilabas ang cookies kapag tapos na.
k) Handa nang ihain ang ulam.

90. Greek Honey Cookies

MGA INGREDIENTS:
- Kalahating kutsarita ng nutmeg
- Isang kutsarita ng vanilla extract
- Tatlo at kalahating tasa ng harina
- Kalahating tasa ng pulot
- Kalahating tasa ng mantika
- Isang kutsara ng lebadura
- Dalawang malalaking itlog
- Kalahating kutsarita ng kosher salt

MGA TAGUBILIN:
a) Kumuha ng malaking mangkok.
b) Idagdag ang mga tuyong sangkap sa isang mangkok.
c) Haluing mabuti ang lahat ng sangkap.
d) Idagdag ang pulot at lebadura sa isang mangkok na may dalawang kutsarang mainit
e) tubig.
f) Ilagay ang yeast mixture sa isang mamasa-masa na lugar.
g) Idagdag ang mantika sa mga basang sangkap.
h) Idagdag ang yeast mixture at itlog sa cookie mixture.
i) Ilagay ang nabuong timpla sa isang piping bag.
j) Gumawa ng maliit na bilog na cookies sa isang baking dish at maghurno ng cookies.
k) Ilabas ang cookies kapag tapos na.
l) Handa nang ihain ang ulam.

91. Greek Walnut Cake

MGA INGREDIENTS:
- Isang tasa ng vanilla sauce
- Kalahating tasa ng mantikilya
- Isang quarter cup ng asukal
- Isang quarter na kutsarita ng ground cardamom
- Isang tasa ng harina
- Isang kurot ng baking soda,
- Isang itlog
- Isang tasa ng hiniwang almond
- Para sa Frosting
- Kalahating tasa ng vanilla sauce
- Kalahating tasa ng mabibigat na cream
- Kalahating tasa ng mantikilya
- Kalahating tasa ng brown sugar
- Isang quarter na kutsarita ng kanela

MGA TAGUBILIN:
a) Kumuha ng malaking mangkok.
b) Idagdag ang cake batter at ihalo ang lahat ng sangkap.
c) Gawin ang batter at ibuhos ito sa isang baking dish.
d) Siguraduhin na ang baking dish ay wastong greased at nilagyan ng parchment paper.
e) Idagdag ang pinaghalong walnut at ihalo ang lahat ng mga sangkap.
f) Maghurno ng cake.
g) Lutuin ito kapag tapos na.
h) Gawin ang vanilla at cream frosting sa pamamagitan ng paghampas muna ng mantikilya at cream hanggang sa maging malambot.
i) Idagdag ang natitirang mga sangkap at talunin ng limang minuto.
j) Idagdag ang vanilla at cream frosting sa ibabaw ng cake.
k) Siguraduhing takpan ng frosting ang lahat ng panig ng cake.
l) Gupitin ang cake sa mga hiwa.
m) Handa nang ihain ang ulam.

92. Greek Baklava

MGA INGREDIENTS:
- Walong onsa ng mantikilya
- Isang pakete ng mga phyllo sheet
- Isang kutsarita ng vanilla extract
- Kalahating tasa ng tinadtad na mani (na gusto mo)
- Isang tasa ng pulot
- Isang tasa ng asukal
- Isang kutsarita ng ground cinnamon
- Isang basong tubig

MGA TAGUBILIN:
a) Kumuha ng malaking mangkok.
b) Idagdag ang mantikilya dito at talunin ng mabuti.
c) Idagdag ang mga mani, kanela at pulot sa mangkok ng mantikilya.
d) Haluing mabuti ang mga sangkap.
e) Idagdag ang pinatuyong mint sa mangkok at ihalo nang mabuti.
f) Ikalat ang mga phyllo sheet sa isang greased baking tray.
g) Idagdag ang pinaghalong nut sa mga phyllo sheet at takpan ito ng mas maraming phyllo sheet.
h) Maghurno ng baklava sa loob ng halos apatnapung minuto.
i) Magdagdag ng asukal at tubig sa isang kasirola at lutuin.
j) Alisin ang baklava at gupitin ito sa mga piraso.
k) Ibuhos ang sugar syrup sa ibabaw ng baklava
l) Ilabas ang baklava.
m) Handa nang ihain ang ulam.

93. Pineapple Nice Cream

MGA INGREDIENTS:
- 2 tasang frozen na pinya ng pinya
- 1 hinog na saging, binalatan at nagyelo
- ½ tasang gata ng niyog
- 1 kutsarang honey o maple syrup (opsyonal)
- 1 kutsarita vanilla extract (opsyonal)
- Mga sariwang hiwa ng pinya at dahon ng mint para sa dekorasyon (opsyonal)

INSTRUCTIONS:
a) Siguraduhin na pareho ang frozen na pinya ng pinya at ang frozen na saging ay maayos na naka-freeze. Maaari mong i-freeze ang mga ito sa loob ng ilang oras o magdamag.
b) Sa isang food processor o high-speed blender, pagsamahin ang frozen na pinya, frozen na saging, gata ng niyog, at pulot (o maple syrup kung gagamit).
c) Kung ninanais, idagdag ang vanilla extract para sa dagdag na lasa.
d) Haluin ang lahat ng sangkap hanggang sa maging makinis at mag-atas ang timpla. Maaaring kailanganin mong ihinto at simutin ang mga gilid nang ilang beses upang matiyak ang pantay na paghahalo.
e) Tikman ang magandang cream at ayusin ang tamis ayon sa gusto mo sa pamamagitan ng pagdaragdag ng mas maraming pulot o maple syrup kung kinakailangan.
f) Kapag ang timpla ay mahusay na pinaghalo at may makinis, tulad ng ice cream na pagkakapare-pareho, handa na ito.
g) Maaari mo itong tangkilikin kaagad bilang soft-serve ice cream o ilipat ito sa isang lalagyan at i-freeze ito para sa mas matibay na texture.
h) Kung pinalamig mo ito para sa isang mas matibay na texture, magandang ideya na hayaan itong umupo sa temperatura ng silid sa loob ng ilang minuto bago mag-scoop.
i) Palamutihan ang iyong Pineapple Nice Cream ng mga sariwang hiwa ng pinya at dahon ng mint para sa isang magandang presentasyon (opsyonal).
j) Ihain at tamasahin ang iyong masarap at malusog na Pineapple Nice Cream!

94. Greek Orange Cake

MGA INGREDIENTS:
- Isang tasa ng orange juice
- Kalahating tasa ng mantikilya
- Isang quarter cup ng asukal
- Isang quarter na kutsarita ng ground cardamom
- Isang tasa ng harina
- Isang kurot ng baking soda,
- Isang itlog
- Dalawang kutsarita ng orange zest

MGA TAGUBILIN:
a) Kumuha ng malaking mangkok.
b) Idagdag ang cake batter at ihalo ang lahat ng sangkap.
c) Gawin ang batter at ibuhos ito sa isang baking dish.
d) Siguraduhin na ang baking dish ay wastong greased at nilagyan ng parchment paper.
e) Maghurno ng cake.
f) Ibuhos ito kapag tapos na.
g) Gupitin ang cake sa mga hiwa.
h) Handa nang ihain ang ulam.

95. Greek Donuts (Loukoumades)

MGA INGREDIENTS:
- Kalahating tasa ng mantikilya
- Walong itlog
- Dalawang tasa ng asukal
- Tatlong tasa ng harina
- Isang tasa ng gatas
- Isang kutsara ng baking powder
- Dalawang tablespoons ng kulay-gatas
- Isang kutsarita ng cardamom sugar
- Isang kutsarita ng baking soda
- Dalawang kutsara ng pulot

MGA TAGUBILIN:
a) Sa isang malaking mangkok, paghaluin ang lahat ng sangkap maliban sa cardamom sugar at honey.
b) Bumuo ng semi-makapal na kuwarta mula sa pinaghalong.
c) Painitin ang isang kawali na puno ng mantika.
d) Gumawa ng isang bilog na parang doughnut na istraktura sa tulong ng isang donut cutter.
e) Iprito ang mga donut.
f) Hayaang lumamig ang donut.
g) Ibuhos ang pulot sa ibabaw ng mga donut.
h) Idagdag ang cinnamon sugar sa buong donut.

96. Greek Milk Custard Pudding

MGA INGREDIENTS:
- Dalawang tasa ng buong gatas
- Dalawang baso ng tubig
- Apat na kutsara ng gawgaw
- Apat na kutsara ng puting asukal
- Dalawang pula ng itlog
- Isang quarter na kutsarita ng cinnamon powder

MGA TAGUBILIN:
a) Kumuha ng isang malaking kasirola.
b) Idagdag ang tubig at buong gatas.
c) Hayaang kumulo ang likido sa loob ng limang minuto.
d) Idagdag ang mga pula ng itlog at asukal sa pinaghalong gatas.
e) Lutuing mabuti ang lahat ng sangkap sa loob ng tatlumpung minuto o hanggang sa magsimula itong maging makapal.
f) Patuloy na paghahalo.
g) Idagdag ang cinnamon powder sa ibabaw.
h) Handa nang ihain ang ulam.

97. Greek Almond Syrup Pastries

MGA INGREDIENTS:
- Walong onsa ng almond syrup
- Isang pakete ng mga phyllo sheet
- Isang kutsarita ng pinatuyong nutmeg
- Kalahating tasa ng tinadtad na mani (na gusto mo)
- Isang tasa ng honey thyme
- Pitong onsa ng mantikilya

MGA TAGUBILIN:
a) Kumuha ng malaking mangkok.
b) Idagdag ang mantikilya dito at talunin ng mabuti.
c) Idagdag ang mga mani at almond syrup sa mangkok ng mantikilya.
d) Haluing mabuti ang mga sangkap.
e) Ikalat ang mga phyllo sheet sa isang greased baking tray.
f) Idagdag ang pinaghalong nut sa mga phyllo sheet at takpan ito ng mas maraming phyllo sheet.
g) Maghurno ng pastry nang halos apatnapung minuto.
h) Ilabas ang pastry.
i) Ibuhos ang honey thyme sa ibabaw ng pie.
j) Handa nang ihain ang ulam.

98. Greek Almond Shortbread

MGA INGREDIENTS:
- Kalahating kutsarita ng vanilla bean paste
- Dalawa at kalahating tasa ng harina
- Kalahating kutsarita baking powder
- Isang tasa ng unsalted butter
- Isang pula ng itlog
- Dalawang tasang icing sugar
- Half cup tinadtad almonds

MGA TAGUBILIN:
a) Kumuha ng malaking mangkok.
b) Idagdag ang vanilla bean paste, harina, baking powder, unsalted butter, egg yolk, at almonds sa mangkok.
c) Paghaluin ang lahat ng mga sangkap at idagdag ang mga ito sa isang baking tray.
d) Maghurno ng timpla sa loob ng tatlumpung minuto.
e) Ilabas ang tinapay at gupitin ito sa hiwa.
f) Alisan ng alikabok ang tinapay na may icing sugar.

99. Greek Orange Blossom Baklava

MGA INGREDIENTS:
- Walong onsa ng mantikilya
- Isang pakete ng mga phyllo sheet
- Isang kutsarita ng vanilla extract
- Kalahating tasa ng tinadtad na mani (na gusto mo)
- Isang tasa ng pulot
- Isang tasa ng asukal
- Isang kutsarita ng ground orange powder
- Isang basong tubig

MGA TAGUBILIN:
a) Kumuha ng malaking mangkok.
b) Idagdag ang mantikilya dito at talunin ng mabuti.
c) Idagdag ang mga mani, orange powder, at honey sa mangkok ng mantikilya.
d) Haluing mabuti ang mga sangkap.
e) Idagdag ang pinatuyong mint sa mangkok at ihalo nang mabuti.
f) Ikalat ang mga phyllo sheet sa isang greased baking tray.
g) Idagdag ang pinaghalong nut sa mga phyllo sheet at takpan ito ng mas maraming phyllo sheet.
h) Maghurno ng baklava sa loob ng halos apatnapung minuto.
i) Magdagdag ng asukal at tubig sa isang kasirola at lutuin.
j) Ilabas ang baklava at gupitin ito sa mga piraso.
k) Ibuhos ang sugar syrup sa ibabaw ng baklava
l) Ilabas ang baklava.
m) Handa nang ihain ang ulam.

100. Greek Honey at Rosewater Baklava

MGA INGREDIENTS:
- Walong onsa ng mantikilya
- Isang pakete ng mga phyllo sheet
- Isang kutsarita ng vanilla extract
- Kalahating tasa ng tinadtad na mani (na gusto mo)
- Isang tasa ng pulot
- Isang tasa ng asukal
- Isang kutsarita ng rosas na tubig
- Isang basong tubig

MGA TAGUBILIN:
a) Kumuha ng malaking mangkok.
b) Idagdag ang mantikilya dito at talunin ng mabuti.
c) Idagdag ang mga mani, rosas na tubig, at pulot sa mangkok ng mantikilya.
d) Haluing mabuti ang mga sangkap.
e) Idagdag ang pinatuyong mint sa mangkok at ihalo nang mabuti.
f) Ikalat ang mga phyllo sheet sa isang greased baking tray.
g) Idagdag ang pinaghalong nut sa mga phyllo sheet at takpan ito ng mas maraming phyllo sheet.
h) Maghurno ng baklava sa loob ng halos apatnapung minuto.
i) Magdagdag ng asukal at tubig sa isang kasirola at lutuin.
j) Ilabas ang baklava at gupitin ito sa mga piraso.
k) Ibuhos ang sugar syrup sa ibabaw ng baklava
l) Ilabas ang baklava.
m) Handa nang ihain ang ulam.

KONGKLUSYON

Habang tinatapos namin ang aming paglalakbay sa basang-araw na mga pahina ng "GREEKIS: ARAW-ARAW NA MGA RECIPE NA MAY MGA UGAT NG GRIYEGO," umaasa kaming naranasan mo ang mahika ng Greek cuisine sa kaginhawaan ng iyong sariling kusina. Ang bawat recipe sa loob ng mga pahinang ito ay isang testamento sa walang hanggang pag-akit ng mga lasa ng Mediterranean, kung saan ang pagiging simple ay nakakatugon sa pagiging sopistikado, at ang bawat pagkain ay nagiging isang pagdiriwang.

Nagpakasawa ka man sa nakakaaliw na layer ng moussaka, tinanggap ang pagiging bago ng mga Greek salad, o nasiyahan sa tamis ng baklava, nagtitiwala kami na ang 100 recipe na ito ay nagdala ng lasa ng Greece sa iyong tahanan. Higit pa sa mga sangkap at diskarte, nawa'y naramdaman mo ang init ng pagiging mabuting pakikitungo ng mga Griyego at ang kagalakan na dulot ng pagbabahagi ng masasarap na pagkain sa mga mahal sa buhay.

Sa patuloy mong paggalugad sa mga yaman sa pagluluto ng Mediterranean, nawa'y bigyan ka ng "Greekish" na inspirasyon na itanim ang iyong pang-araw-araw na pagluluto ng espiritu ng Greece. Mula sa mga olive grove hanggang sa azure sea, hayaan ang esensya ng Greek cuisine na manatili sa iyong kusina, na lumilikha ng mga sandali ng kagalakan, koneksyon, at masarap na pagtuklas. Opa, at magsaya sa walang katapusang kasiyahan ng pagluluto ng Greek!

www.ingramcontent.com/pod-product-compliance
Lightning Source LLC
Chambersburg PA
CBHW071823110526
44591CB00011B/1202